எட்டு நாட்கள்

AF659016

கா. ந. அண்ணாதுரை

Title: Ettu Naatkal

Author: C. N. Annadurai

Language: Tamil

First Published on: 1955

Year of Publication: 2024

Book Format: Paperback

*Page Size: 6inch * 9inch*

Category: Fiction

Subject: Short Novel

No. of pages: 50

ISBN: 978-81-987963-8-7

Published by: Nilan Publishers, Madurai, Tamilnadu, India

Copyright © Nilan Publishers, 2024

பொருளடக்கம்

எட்டு நாட்கள்...4

பகுதி: *1*...*4*

பகுதி: *2*...*16*

பகுதி: *3*...*30*

பகுதி: *4*...*43*

குறிப்புகளுக்காக

எட்டு நாட்கள்

பகுதி: 1

'எட்டு நாட்கள்! மரணத்துக்கும் அவனுக்கும் இடையே எட்டே நாட்கள் உள்ளன. தண்டனை தந்தாகியிட்டது. அவனைச் சுட்டெரிக்க, மாற்ற முடியாத தண்டனை - வேறு வழக்காடி நீதி கேட்கும் இடமும் கிடையாது - இன்று 1600-ஆம் ஆண்டு பிப்ரவரித் திங்கள் ஒன்பதாம் நாள் - எட்டு நாட்கள் உள்ளன, தண்டனை நிறைவேற்றப்பட! அவன் விரும்பினால், உயிரைக் காப்பாற்றிக் கொள்ளலாம். "ஐயனே! அடிபணிகிறேன், அஞ்ஞானத்தால் நான் உளறிவந்தேன் இதுநாள்வரையில். மெய்ஞ்ஞான போதகரே! என் பிழை பொறுத்திடுக! 'என் பிழை பொறுத்திடுக!' என்று சொன்னால் போதும், தண்டனை இல்லை, சாவு இல்லை, வாழலாம், சிறப்புறக்கூட வாழலாம்! வரவேற்புகளும் பதவிகளும் வழங்கப்படும்! திருவிழாக் கோலத்துடன் உலவலாம்! பட்டத்தரசர்கள் கட்டித் தழுவிக்கொள்வர் - பாதகாணிக்கைபெறும் குருமார்கள் அன்புமுத்தம் அளிப்பர் - மாளிகைகள் விருந்தளிக்கும்.

எட்டே நாட்கள் உள்ளன அவன் ஒரு முடிவுக்கு வர.

வாழ்வா? சாவா? என்ற முடிவு - அவனே இரண்டிலொன்றைத் தேர்ந்தெடுத்துக் கொள்ளலாம்.

அவன் கொல்லப்பட வேண்டியவன்தான் என்று, ஆச்சாரியாரும் கூறிவிட்டார், அரச மன்றமும் தீர்ப்பளித்துவிட்டது. எட்டு நாட்கள் தவணை தருகிறோம், என்று தீர்ப்பளித்தோர் கூறிவிட்டனர்.

ஆண்டு அனுவித்துவிட்டு, இனி ஆட அனுபவிக்க, இயலாத நிலையில் உள்ள படுகிழமல்ல - உலகம் மாயை, வாழ்வே அநித்யம், இன்றைக்கு இருப்பாரை நாளைக்கு இருப்பர் என்று எண்ணவோ திடமில்லை என்று குளறும், காட்டு வேதாந்தியுமல்ல; வாழ்வா? ஏன்? வாழ்ந்து நான் சாதிக்கவேண்டியது என்ன இருக்கிறது என்று வேகம் குழப்ப நிலையுடையோனுமல்ல, நடுத்தர வயதுடையவன் - உலகுக்கு உண்மையை அளித்தாகவேண்டும் என்ற ஆர்வம் கொழுந்து விட்டெரியும் உள்ளம் படைத்தான் - அவனைக் கட்டிவைத்துக் கொளுத்திச் சாகடிக்க உத்தரவு பிறப்பித்தனர் - அற மன்றத்தினர் - ஆம்! அறமற்ற செயல் புரியினும், அறமன்றமென்றே அது அழைக்கப்பட்டது. அறம் மட்டுமல்ல, அன்பு எனும் சீரிய பண்பினைத் தன் அகத்தே கொண்டது என்றும், அந்த மன்றம் கருதப்பட்டு வந்தது.

அறம் எது? அன்பு எது? என்று மக்களிடம் எடுத்துரைக்கும் உத்தமன் அவன் - அவனுக்குத்தான் மரண தண்டனை - எட்டே நாட்கள் தரப்பட்டுள்ளன, முடிவுக்கு வர.

எட்டு ஆண்டுகள் சிறையிலே சித்திரவதைக்கு ஆளாகி, வேதனையால் கொட்டப்பட்டு, தலைமயிர் வெளுத்துப்போய், கண்ணொளி மங்கி, கைகால் சோர்வுற்று, உடலெங்கும் வெதும்பிக்கிடந்தான், - ப்ருனோ - இத்தாலி தந்த அறிவாளி!

ரோம் நகரச் சிறைக்கூடத்தில் தள்ளப்பட்டுக் கிடக்கும் அவன் முன், ஒரே பிரச்சனை நிற்கிறது, வாழ்வா, சாவா, என்று! அவன் வாழ்வது என்று முடிவுசெய்துவிட்டான் - எனவே அவனை எட்டாம் நாள் சுட்டெரித்து விட்டனர்!!

வாழ்வு! என்ன பொருள் அதற்கு? உண்டு உலவி, உறங்கி எழுந்து, மீண்டும் உண்டு உலவிடும் வேலையை ஒழுங்காகச்

செய்யும் யந்திரமா, மனிதன்? ஆதிக்கக்காரன் அடிபணிந்து, ஆர்ப்பரிப்போன் பாதம்பற்றி, குற்றேவல் செய்து கும்பியை நிரப்பிக்கொண்டு, கொத்தடிமையாகிக் குடும்பம் சமைத்துக் கொண்டிருப்பதா வாழ்வு? எத்தனிடம் சித்தத்தை ஒப்படைத்துவிட்டு, ஏமாளியாகிக் கிடப்பதா வாழ்வு! அவன் அப்படி எண்ணவில்லை!! வாழ்வு, ஒருபெரும் பொறுப்பு, ஓர் அரும் வாய்ப்பு, உண்மையை அறிய, அறிந்ததன்வண்ணம் ஒழுக, பிறருக்கும் அந்த ஒழுக்கும் சழக்கருடன் போரிட்டு, அறமல்லாததை, விரட்டி ஓட்டி அறத்தை நிலைநாட்டப் பாடுபடல் வேண்டும். வாழ்வு, அதற்கான ஒரு வாய்ப்பு! இந்தக் குறிக்கோளற்று இருப்பது, வாழ்வு அல்ல, என்று அவன் கருதினான். அவன்போல் ஒரு சிலரே எண்ணினர் - ஒரு சிலருக்கே அந்தச் சீரிய கருத்து இருக்க முடியும் - அந்த ஒரு சிலராலேயே உலகு, மெல்ல மெல்ல மாண்பினைப் பெறுகிறது.

அவன் அறிந்து போற்றிய 'வாழ்வு' அவனுக்குக் கிடைத்து விட்டது, கொடியோரால் அவன் சுட்டுக்கொளுத்தப்பட்டான் - இன்று வாழ்கிறான் - என்றும் வாழ்வான்! அவன், அப்படிப் பட்ட 'வாழ்வு' தேவை, என்று தீர்மானித்தான், எனவேதான், சாகச் சம்மதித்தான்.

"எட்டே நாட்கள்!" என்றனர்! உயிரை இழக்க எப்படி மனம் துணியும். ஒன்று, இரண்டு, மூன்று என்று நாள் ஓட ஓட, அவன் நெஞ்சம் நெருப்பிலிட்டது போலாகும், அஞ்சுவான், கெஞ்சுவான், அலறுவான், அடிபணிவான், என்று தீர்ப்பளித்தோர் எண்ணிக்கொண்டனர்! அவர்கள், சிறையிலே தள்ளப்பட்டுக் கிடந்தவனின் உள்ளத்தின் மேன்மையை உணர முடியாத உலுத்தர்கள்.

"அரசை இழந்துவிடச் சம்மதித்தால், உயிரோடு இருக்கலாம்" என்றால், அரசு இழக்கலாம், உயிர், இருக்கட்டும், உயிர் இருந்தால் புது அரசு கிடைத்தாலும் கிடைக்கும், இல்லை

எனினும் பரவாயில்லை, குடும்பத்தாருடன் இனிது வாழலாம் என்றே, அரசாள்பவன் கூறுவான். அங்ஙனம் உயிர்தப்பினால் போதும் என்று மணிமுடியைக் கீழே வீசிவிட்டு ஓடின மன்னர்களின் கதையை அவன் அறிவான். அவனை அவர்கள் இழக்கச் சொன்னது.

"அறிவை!"

இயலாது, என்றான்; அறிவுவேண்டி நின்ற ஒரே குற்றத்துக்காக, அவனைச் சுட்டுக்கொல்வது என்று தீர்ப்பளித்தனர்.

அறிவு வேண்டுகிறேன் - என்பதை எப்படிக் குற்றச்சாட்டு ஆக்க முடியும்? எனவே, ப்ரூனோ ஒரு நாத்தீகன் என்று குற்றம் சாட்டப்பட்டான்.

நாத்தீகன்! இந்த ஒரு சொல்லைக் காட்டி, எத்துணைக் கொடுமைகளைச் செய்துள்ளனர்! எவரெவர்மீது அந்தச் சொல்லம்பு வீசப்பட்டது!

எது ஆத்தீகம்? எது நாத்தீகம்?

விளக்கம் தந்தனரா? இல்லை! எங்கு யார் ஆதிக்கத்தில் உள்ளனரோ அவர்கள் கொண்டுள்ள வழிபாட்டு முறையை ஏற்க மறுப்பவன், நாத்தீகன் என்று குற்றம் சாட்டப்பட்டான். வழிபாட்டு முறையை மட்டுமல்ல, ஆதிக்கத்திலிருக்கும், எந்தக் கருத்தை ஏற்க மறுப்பவனும், மாறுதலான கருத்தைக்கொள்பவனும் விள்பவனும் நாத்தீகர் எனப்பட்டனர்.

போப்பாண்டவரின் ‘ஸ்ரீமுக’த்தைத் தீயிலிட்டபோது மார்டின்லூதர், நாத்தீகனென்று, கத்தோலிக்க உலகினால் குற்றம் சாட்டப்பட்டார். அதேபோல, இங்கிலாந்தில் பிராடெஸ்டென்ட் மார்க்கம் அரச மார்க்கமான பிறகு, கத்தோலிக்கர்களை அங்கு ‘நாத்தீகர்’ என்று கூறினர்.

மார்க்க சம்பந்தமான பிரச்சனைகளில் மட்டுமல்ல, அன்று ஆதிக்கத்திலிருந்த மத ஏடுகளிலும் அவற்றைத் துணையாகக் கொண்டு தீட்டப்பட்ட மற்றத் துறைகள் பற்றிய ஏடுகளிலும் காணப்பட்ட கருத்துக்களுக்கு முரணான கருத்துகளைக் கொள்பவரை எல்லாம், நாத்தீகர் என்றே குற்றம் சாட்டினர் - கடும் தண்டனை தந்தனர் - சித்திரவதை செய்தனர்.

அரசு முறை, அதன் தொடர்பான அறமுறை, வரி வசூலிக்கும் முறை, சமுதாய அமைப்பு முறை நடை நொடி பாவனைகள், எனும் எதிலும் அரச மார்க்கத்தின் மத ஏடுகளில் உள்ளபடியே சொல்லும் செயலும் அமைந்திருக்கவேண்டும் என்றனர்.

மனிதன் மனிதனை அடிமையாகப் பிடித்து வைத்து, வேலை வாங்குவதும், சந்தைச் சதுக்கத்தில் ஆடுமாடுகள் போல் விற்பதும், கொடுமையானது, அநாகரிகமானது, அஃது அறமாகாது, என்று கருணையும் நேர்மையும் கொண்டவர்கள் வலியுறுத்திய போதுகூட, அந்த முறையீடு, நாத்தீகம் என்றே கூறப்பட்டது.

எனவே, ப்ரூனோ மீது நாத்தீகக் குற்றத்தை வீசியது, அன்றைய மனப்போக்கிலே, திடுக்கிடக்கூடிய, தனிச் சம்பவமல்ல.

ஜியார்டானோ ப்ரூனோ, அன்று ஆதிக்கத்திலிருந்தவர்கள் எந்த அடிப்படையின் மீதமர்ந்து அரசோச்சி வந்தார்களோ, அந்த அடிப்படைக்கு ஆட்டம் கொடுக்கக் கூடிய, அறிவுப் பணியில் ஈடுபட்டிருந்தான். அவன் இருந்தால் தங்கள்

ஆதிக்கம் அழிந்து படும் என்று அஞ்சினவர்கள், அவனுடைய அறிவுப் பணியைத் தடுத்திடவோ, தகர்த்திடவோ முடியாத மூட மதியினர், அவனைக் கொன்றால்தான், தாங்கள் வாழ முடியும், என்று எண்ணினர் - அவனும் சாகச் சம்மதித்தான்.

எட்டு நாட்கள் தவணை தந்தனர். ஏன்? நெஞ்சு உரமிக்கவன்தான் ப்ரூனோ, கொண்ட கொள்கைக்காகவே, ஆண்டு பல ஆபத்தால் வேட்டையாடப்பட்டு அலைந்து கொண்டிந்தவன் தான், அச்சம் அவனை அடக்கியதில்லை, ஆசை அவனைக் கட்டுப்படுத்தியதில்லை, அரண்மனை கண்டு அவன் சொக்கின தில்லை, மாளிகை கண்டு மதுரவாழ்வு வேண்டி நின்றவனல்ல, நிந்தனையை நிலாச்சோறு எனக்கொண்டான், வேதனையை வேண்டுமளவு உண்டான், எதற்கும் சளைக்கவில்லை, எதனாலும் மனம் இளைக்கவில்லை; எனினும், மரணம் தன் குரூரக்குரல் கொடுத்து நிற்பதைக் காணும்போது, நாட்கணக்கிலே உயிர் ஒட்டிக்கொண்டிருந்ததை உணரும்போது, ஒருவேளை, உயிரைக் காப்பாற்றிக்கொள்ளலாம் என்று நெஞ்சிலே ஒரு சிறு ஆசைப் பொறிகிளம்புமோ, என்று எண்ணினர்; ஆவல்கொண்டனர்.

அவனைத் தண்டித்தவர்கள், வாழ்வின் சுவையைப் பருகிக்கொண்டிருந்தவர்கள், செல்வத்தைப் பெறுவதிலே ஓர் இன்பம் கண்டனர், செல்வாக்கைப் பெருக்கிக்கொள்வதிலே வேட்டையாடும் மிருகமாக இருந்தனர் - வாழ்வு எவ்வளவு சுவை தருகிறது, மாளிகையில் வாழும்போது, மலர்த்தோட்டங்களிலே வீசும் மணத்தை உட்கொள்ளும்போது, மலரணிகொண்டைச் செருக்கிலே அவர் மையல் தரும் கண்ணின் மினுக்கிலே, உள்ள இன்பம் கொஞ்சமா, கூப்பிட்ட குரலுக்கு ஆட்கள் ஓடிவந்து கட்டளைக்குக் காத்துக்கொண்டிருக்கும்போது ஏற்படும் பெருமிதம் சாமான்யமா - பேழையிலே விதவிதமான அணி மணிகள் மின்னும்போது கண்களிலே களிப்பு ஒளிவிடு

கிறதே, பெரும்பதவிகள் கிட்டிடும்போது, மார்பு நிமிர்கிறது, நடையிலே ஒரு புது முறுக்கு ஏறுகிறது, பேச்சே புதிய பொலிவு பெறுகிறதே - இவை எல்லாம் இன்பத்தேன் அல்லவா! இவ்விதமான வாழ்வைச் சுவைத்துக் கொண்டிருந்தவர்கள் - ப்ரூனோவைத் தண்டித்தவர்கள். எனவே, அவர்கள், எதையும் ஏற்க நெஞ்சம் இடம்தரும் சாகமட்டும், துணிவு இராது. நாள் செல்லச் செல்ல, நெஞ்சு நெகிழும், ஆசை அரும்பும் உறுதி குலையும், ப்ரூனோ, உயிருக்கு மன்றாடுவான் என்று எண்ணினர். பெருமழை பெய்கிறது, மண்மேடு கரைகிறது, பாறை எப்போதும் போலத்தானே இருக்கிறது! ஏடு பல படித்த அந்த ஏமாளிகள், இந்தச் சிறு உண்மையை உணரவில்லை - ப்ரூனோ, வாழ்வு என்பதற்குக் கொண்டிருந்த 'தத்துவம்' தூய்மை நிரம்பியது, வீர உள்ளத்தில் மட்டுமே தோன்றவல்லது. சுயநலமிகளும் சுகபோகிகளும் சூது மதியினரும், அதனை உணர்தல் இயலாது.

எட்டு நாட்களா! என்னைக் கொல்லும் துணிவு இவர்களுக்கு உண்டாக, எட்டு நாட்கள் தேவைப்படுகிறதா! பயங் கொள்ளிகள்!! - என்றுதான் ஜியார்டானோ ப்ரூனோ, எண்ணிக் கொண்டிருப்பானே தவிர, ஐயோ எட்டு நாளிலே உயிர் இழக்க வேண்டுமா, என்று அஞ்சி இருக்கமுடியாது.

"நாத்திகனான உன்னைத் தீயிலிட்டுக் கொளுத்திச் சாகடிப்பது என்று தீர்ப்பளிக்கிறோம்" என்று அவர்கள் கூறியபோது, ப்ரூனோ பெருஞ்சிரிப்புடன் "இந்தத் தண்டனையைக் கேட்கும் எனக்கு அச்சம் இல்லை; இதைக் கூறும் உங்களுக்கு அச்சம் ஏன் இவ்வளவு இருக்கிறது!" என்று கேட்டான்.

அந்த நெஞ்சு உரத்தைக் குலைக்க, எட்டு நாட்களா! பேதைமை!!

* * *

என்றைய தினம், ப்ரூனோ உண்மையை உரைத்திடுவதே தன் பணி எனக் கொண்டானோ, அன்றே அவன் அறிவான், தன்மீது குறிவிழுந்துவிட்டது என்பதை. எவ்வளவு காலத்துக்கு அவர்களிடமிருந்து தப்பித்திருக்க முடிகிறதோ அதுவரையில் தான் கண்ட உண்மையை உலகுக்குக் கூறி வருவது, என்ற எண்ணத்தைக் கொண்டிருந்தான். அந்தத் திண்மையை, கொடுமைகள் தகர்க்க முடியவில்லை! அவன் நாடு பல சுற்றி, பல அவைகளிலே நின்று, தன் கொள்கையைக் கூறினான் - போதுமான அளவுக்கு - இனிச் சாக அஞ்சுவானேன் - இறந்தால், கொள்கை பன்மடங்கு புதுவலிவும் பொலிவும் பெறும் - வளரும், பரவும், வெல்லும்! ப்ரூனோ, அந்த எட்டுநாட்டுகளும், இதையன்றி வேறெதனை எண்ணிடப் போகிறான். குவித்து வைத்த பொன்னை யார் அனுபவிப்பார்களோ, குலவிவந்த கிளியை எந்தக் கூண்டிலே கொண்டுபோய் அடைப்பார்களோ, மனைவி மக்கள் என்னவென்று கூறிக் கதறுவார்களோ, என்றா எண்ணி ஏங்கப் போகிறான். ப்ரூனோ, துறவி! தூர்த்தர்கள் பலர் அதனை வேலையாகக் கொண்டு, 'துறவி' எனும் சொல்லையே மாசு படுத்திவிட்டனர் - எனவே ப்ரூனோவைத் 'துறவி' என்று கூறுவது, அவருக்கு உள்ள மாண்பினை பாதிக்குமோ என்று கூட அஞ்சவேண்டி இருக்கிறது. ப்ரூனோ, கொள்கைக்காகப் போரிடும் அஞ்சா நெஞ்சினன் - வாழ்க்கையில் இதற்காகவன்றி வேறு எதற்கும், அவருக்கு நேரமும், நினைப்பும் கிடையாது. எனவே, எத்தனை நாள் தவணை தரப்பட்டாலும், தடுமாறாது! அந்த நெஞ்சம்! அவ்வளவு உறுதிப்பட்டுவிட்டிருக் கிறது. நச்ச நினைப்பினர் அதனை அறியார்.

ஏன், அவர்கள், ஜியார்டானோ ப்ரூனோ, மடிவதைவிட மனம் மாறிவிடுவது நல்லது என்று எண்ணினர்? நாத்தீகன் ஒழியத்தானே வேண்டும்? ஏன் பிழைத்துக்கொள்ள வாய்ப்பளிக்கின்றனர் - புனித மார்க்கத்தை ஏற்றுக்கொள், பூஜ்யர்களை வணங்கு, உயிர் பிழைக்கலாம் என்று ஏன்

கூறினர். நேர்மையும் ஈரமும் கொண்டனரா? இல்லை! சிங்கத்தைக் காலடியிலே விழச் செய்தால், காண்போர், எவ்வளவு பெருமை தருவர்! சிறு நாய்கள் நத்திப் பிழைக்கின்றன - பார்த்துப் பார்த்து அலுத்து விட்டது நரிகள் பதுங்கிக்கொள்கின்றன - தேடுவதே கஷ்டமாகி விடுகிறது. இதோ சிங்கம் - வீரமுழக்கத்தை எழுப்பிய வண்ணம் இருக்கிறது! வலையில் வீழ்வதில்லை: கணைக்குத் தப்பிவிடுகிறது - காடு ஒன்றிலே வேட்டையைத் துவக்கினால், வேறோர் காடு சென்றுவிடுகிறது - எங்குச் சென்றாலும் முழக்கம்!! இந்தச் சிங்கத்தை, இந்த ப்ரூனோவை, இந்த அஞ்சா நெஞ்சினினை, 'மனமாறிவிட்டவானாக்கினால்' சில தலைமுறைகள் வரையிலே, அறிவுத்துறையிலே ஈடுபடவும் ஆட்கள் முன்வருவரா? "அப்படிப்பட்ட அசகாய சூரன்! ஆண்டு பலவாக, மார்க்கத்தை மதிக்க மறுத்து மனம் போன போக்கிலே புதுமை புதுமை என்று பொல்லாக் கருத்துக்களைப் பேசித் திரிந்தவன், என்ன ஆனான், கடைசியில், கண்ணீர் பொழிந்தவன், காலடி வீழ்ந்தான், கண்டு கொண்டேன் உண்மையை, என்று இறைஞ்சினான்! - என்று கூறிக்கொள்ளலாம் அல்லவா. பகுத்தறிவு கருவில் இருக்கும் போதே கருக்கிவிட இதைவிட வாய்ப்பு வேறு கிடைக்குமா! எனவேதான், ஜியார்டானோப்ரூனோவுக்கு மரண பயத்தைக் காட்டி, பணியவைக்கலாம என்று ஆவல் கொண்டனர்.

எட்டு நாள் தவணை! ஒரு தனி மனிதனுடைய, ஒரு மாவீரனுடைய உயிர் இருப்பதா பறிக்கப்படுவதா என்பதல்ல, முழுப் பிரச்சனை, உண்மையான பிரச்சனை, பகுத்தறிவுக்கு, இனியும் இடம் உண்டா, அல்லது இந்த எட்டே நாட்களிலே, அது சுட்டுச் சாம்பலாக்கப்படுவதா என்பதுதான். ப்ரூனோ இதை நன்கறிந்தே, என்னைச் சுட்டுச் சாம்பலாக்கட்டும் - அறிவு கொழுந்துவிட்டு எரிந்த வண்ணம் இருக்கட்டும் என்று கூறினான் - செயலால்!!

ப்ரூனோ, எப்போதும் தனக்காக அஞ்சினதில்லை - ஆண்டு பல கஷ்டப்பட்டதால் உள்ளத்தில் உரம் மெருகாகி விட்ட இந்த நிலையில் மட்டுமல்ல - சிறுவனாக இருந்தபோதே.

பதினைந்து வயதுச் சிறுவன் ப்ரூனோ, டாமினிக்கன் மடாலயத்திலே சேர்ந்தபோது; ஆர்வமும் நம்பிக்கையும் அதிகமாக இருந்தது மடாலயத்திலே சேரும்போது, அங்குதான் அறிவுத்தாகம் தீரும் என்று எண்ணிச் சென்றான்.

புது நெறிகள் புரட்சிபோலக் கிளம்பி, கத்தோலிக்க மார்க்கத்தைக் குலைத்தபோது, வெடிப்புகளை மூடவும் வெதும்பியதைக் களையவும், பூச்சுகளைப் புதுப்பிக்கவும், எடுத்துக்கொள்ளப்பட்ட பல முயற்சிகளிலே, டாமினிக் தேவாலய இயக்கம் ஒன்று. தூயநெறி நிற்பது, தூய்மையைப் பரப்புவது, வழி தவறியவர்களை மீண்டும் நன்னெறி கொண்டு வந்து சேர்ப்பது, என்ற நோக்கத்துடன், கற்றறிவாளர்கள், கர்த்தரின் சுவிசேஷம் உணர்ந்த வித்தகர்கள், துவக்கியது, டாமினிக், மடாலயம்.

நாத்தீகத்தை நசுக்குவதற்கான நல்லதோர் ஏற்பாடு என்றனர் இதனை - அது உலகு வியக்கும் அறிவுத் திலகம் ப்ரூனோவை, அளிக்குமென்று, எவ்வளவோ ‘ஜெபதபம்’ செய்தும், டாமினிக் துறவிகளுக்குத் தெரியவில்லை. அறிவுக் கூர்மையுள்ள வாலிபர்களை, அவர்களைப் பாசம் பற்றிக் கொள்ளா முன்னம், ஆலயக் கல்லூரியில் கொண்டு சேர்த்து, ஐயன் பெருமைகளைக்கூறி, நல்ல ‘சாமியார்’ ஆக்கிடும் வேலையில், டாமினிக் மடாலயக் கல்லூரியில் சேர்த்து, அன்பும் அக்கறையும் காட்டிய ஆன்ஸ்லம் பாதிரியருக்கு ப்ரூனோ, புன்னகை பூத்த முகம் படைத்த வாலிபனாகத் தெரிந்தபோதிலும் அவன் உள்ளம், இத்தாலி நாட்டு வெசுவயஸ் எரிமலை போன்றது என்பது புரிந்துவிட்டது; அஞ்சினார். மடாலயத்திலே இருக்கும்போதே ப்ரூனோ ஒரு சிறு ஏடு தீட்டினான்- வெசுவயஸ் கொஞ்சம் நெருப்பைக்

காட்டிற்று! பொறிகளைக் கண்ட ஆன்ஸ்லம் பாதிரியார், “மகனே! வேகமாக ஆபத்தை நோக்கிச் செல்கிறாய்” என்று எச்சரித்தனர். ப்ரூனோ பதறவில்லை - புன்னகை பூத்த முகத்துடன் நின்றனன்.

மடாலயச் சாமியார்களின் மந்த மதியையும் கோலா கல வாழ்வையும் கேலி செய்து, ப்ரூனோ அந்த ஏட்டிலே தீட்டியிருந்தான், அவனுடைய நெஞ்சிலே, நாத்தீக அரவம் குடிபுகுந்துவிட்டது, என்று சந்தேகித்த, பாதிரிகள், ‘விசாரணை’ நடத்தத் திட்டமிட்டனர் - மதவிசாரணை அதிகாரியும் அழைக்கப் பட்டிருந்தார். இதை அறிந்ததும் ஆன்ஸ்லம் பாதிரியார் அலறிப் போனார். ப்ரூனோ சிறுவன், நாட்டிலே நடைபெறுவது, அதிலும் மக்களின் ‘பூஜை’யைப் பெற்றுக்கொள்ளும் மடாலயத்திலே நடைபெறும் முறை அவனுக்கு என்ன தெரியும் - ஆன்ஸ்லம் அறிவார்! விசாரணை என்றால் என்ன? கொடுமைக்கு வேறோர் பெயர் தானே! கனல்கக்கும் கண்படைத்த கொடியவர்கள், ஈவு இரக்கமற்ற நெஞ்சினர்கள், உருட்டிமிரட்டும் கண்ணினர், உட்காருவர்; எதிரே நிறுத்தப்படுபவனைக் கேள்விகள் கேட்பர்; அந்தக் கேள்விகள் எதன் பொருட்டுக் கேட்கப்படுகிறது என்று அறியாமல், பதில் கூறுவான்; அந்தப் பதிலிலே பொதிந்து கிடக்கும் பொருளைத் துருவிப் பார்த்து. இவன் நாத்தீகன்தான் என்பர்! - தீர்ந்தது. கடும் தண்டனை! சிறை கிடைக்கலாம், அவர்கள் சீற்றம் அதிகம் கொள்ளாதிருந்தால். சித்திரவதை செய்வது, வழக்கமான சாதாரண தண்டனை!

இந்த ‘விசாரணை’ ஏற்பட இருக்கிறது, ஜியார்டானோவுக்கு, அந்தத் துணிவுள்ள வாலிபன், வானத்தின் வண்ணத்தைக் கண்டு களிக்கிறான் - அலையின் ஒலி கேட்டு மகிழ்கிறான் - கொத்துக் கொத்தாகக் காய்த்துக் குலுங்கும் திராட்சைகள் நிரம்பிய கொல்லையைக் காண்கிறான், எங்கும் தெரியும் இயற்கை எழிலை ரசித்துக்கொண்டிருக்கிறான்.

“மகனே! மகனே வர இருக்கும் ஆபத்து அறியாமல் கிடக்கிறாயே” என்று கூறியவண்ணம் வந்த ஆன்ஸ்லம் பாதிரியார், மடாலய ஏற்பாட்டைக் கூறினார் - நடுக்கும் குரலில்.

“நான் அறிவேன்! நான் அறிவேன்! விசாரணை என்றால் என்ன என்பதை நான் அறிவேனடா ஜியார்டானோ” என்று வேதனை ததும்பும் குரலில் அவர் கூறியபோது, ப்ரூனோ, “அஞ்சாதீர் ஐயனே! அஞ்சாதீர்! என் பொருட்டு அஞ்சாதீர்! ஏனெனில் என் பொருட்டு நானே அஞ்சவில்லை!” என்ற கூறினான்!

பகுதி: 2

அந்தப் ப்ரூனோ இப்போது தணலில் போட்டு எடுக்கப் பட்ட தங்கமாகிவிட்டிருக்கிறான். ஆபத்தெனும் அகழிகளைத் தாண்டியிருக்கிறான், கொடுமையூர்களைக் கடந்திருக்கிறான், வெறுப்பு வெப்பத்திலே மூழ்கி எழுந்திருந்து இருக்கிறான் - இப்போதா அஞ்சப்போகிறான்! மானைக் கொல்லக் குதித்த சிங்கக் குட்டி, பெரும் பிடரிபடைத்த காட்டரசனான பிறகு, மத்தகத்தை அல்லவா பிளக்கும் – முயற்கூட்டம் கண்டா ஓடி ஒளியும்! நீலநிற வானத்தையும் பச்சைப் பசேலென்ற தோட்டத்தையும் கண்டதும் பரவசப்படும் வாலிபன், "என்னைப் பற்றி நான் அஞ்சவில்லை" என்று சொன்னான் என்றால், இப்போது, அந்த நெஞ்சு உரம், எதிரியின் உறுதியை முறியடிக்கும் வகையினதாகத்தானே ஆகிவிட்டிருக்கும். இடைக்காலத்திலே அவன் சுகத்துக்கும் சுயநலத்துக்கும் பலியாகிவிட்டிருந்தால், அன்று மடாலயத்திலிருந்து தப்பி ஓடிவந்த ப்ரூனோ தன் அறப்போரை நிறுத்தியபாடில்லை – பயணத்தை முடித்துக்கொண்டானில்லை!

நெஞ்சும் உரம், ப்ரூனோவுக்குச் சிறுவயது முதல் இருந்து வந்த, பெருந்துணை, அதை எட்டாண்டு சிறை கெடுக்கவில்லை. இன்னும் இருப்பது எட்டே நாட்கள்! நெஞ்சும் உரம் குலைக்கப்படும் என்று எண்ணியவர்கள், ப்ரூனோவின் குணம் அறியாதவர்கள்!

கோழைகளை அவர்கள் மிரட்டிப் பணிய வைத்திருக்கிறார்கள்.

கொடுமைகளை ஓரளவுக்குமேல் அனுபவிக்க முடியாத வலுவற்றவர்களை அவர்கள் அடிபணிய வைத்திருக்கின்றனர்.

ஆசைக்கு ஆட்படுபவர்களை அவர்கள் பாசவலையில் வீழச் செய்திருக்கிறார்கள்.

ப்ருனோ, இந்தக் கயவர் வலையிலே, சிக்க மறுக்கும் வீரன்!

சரண்புகுந்தால், ப்ரூனோ போன்ற கற்றறிவாளனுக்கு, வைதீகபுரியில், எந்தக் காணிக்கையும் பெறத்தக்க குருபீடம் கிடைத்திருக்கும். காரணம் கேளாது, பொருள் அறிய முயற்சிக்காது, ஆபாசம் என்று தோன்றினாலும் அதற்கு ஏதேனும் உட்பொருள் இருக்கும் என்று நம்பிக் கொண்டு, மத ஏடுகளை, மனப்பாடம் செய்து, அவ்வப்போது சிறிது சிறிது கக்கிவிட்டு, அதனை அருள்வாக்கு என்று எண்ணும் ஏமாளிகளிடம், பொன்னும் புகழும், பூஜையும் தொழுகையும் பெற்றுக்கொண்டு, முடியுடை மன்னரையும் தன் பிடியிலே வைத்துக்கொண்டு, தம்பிரானாக – சன்னிதானமாக, வாழ்ந்து வந்தனர் பலர் – அறிவுத் தெளிவிலே, ப்ரூனோவிடம் நெருங்கவே முடியாத குறை மதியினர்! ப்ரூனோ, கற்றறிவாளன்; அவன் சொற்பொழிவு, கரும்பென இனிக்கும் தரத்தது; எத்தகைய கடினமான பொருளையும் அவன் எளிதாக்கிடும் வண்ணம் பாடம் கூறவல்ல பேராசிரியன்; சலிப்பளிக்கும் தத்துவத்தையும், தேனாக்கித் தரும் தெளிவுரை கூறவல்லான் பாரிசிலும், இலண்டனிலும், பதுவாவிலும், வட்டன்பர்க்கிலும், அவனிடம் பாடம் கேட்க வந்த வாலிபர்கள், சொக்கி நின்றனர்; எந்தப் பேராசிரியனுக்கும் கிடைக்காத பெரும்புகழ் அவனைத் தேடிவந்தது! அத்தகைய ப்ரூனோ, ஒருகணம், சபலத்துக்கு ஆட்பட்டு, ஆசைக்கு அடிமைப்பட்டு, ரோம் நகரில் கோவில் கொண்டு எழுந்தருளியிருக்கும் போப்பாண்டவருக்குச் சரணம், என்று கூறிவிட்டிருந்தால் போதும், தேவாலயக் கதவுகள் திறந்து இருக்கும், அருளாளயங்களிலே குவிந்து கிடந்த செல்வத்திலே புரளலாம், அரசர்கள் அஞ்சலி செய்வர்! நடவடிக்கையைப் பற்றிக்கூடக் கவலைப்பட வேண்டியதில்லை; பக்தர்கள், பாதிரிகளின் உபதேசத்தின்

சுவையைத்தான் தரம் பார்ப்பார்களே தவிர, நடவடிக்கையைப் பற்றித் துளியும் கவலை கொள்ளமாட்டார்கள்; நாற்றம் வெளியே தெரியாமலிருக்கும் பக்குவம் அறிந்திருந்தால் போதும். உபதேசம் செய்வதிலே, உருக்கம் இருந்தால்போதும், நம்பிக்கை இருக்கவேண்டும் என்பதுகூட வேண்டப்படுவதில்லை. ஒரு பெரிய மத அதிபர், "ஏசுநாதர் பற்றிக் கட்டிவிடப்பட்டுள்ள சுவையான கதை, எவ்வளவு சுகபோகத்தையும் செல்வத்தையும் நமக்கு அளிக்கிறது!" என்று கூறிப் பூரித்தாராம்! அப்படிப்பட்ட காலம் அது, ஜியார்டோனோ ப்ரூனோ இசைத்திருந்தால் போதும், குருபீடம் கிடைத்திருக்கும்.

ஆனால், சொந்த இலாபம், சுகபோகம், என்பனவற்றில் துளியும் பற்றுக்கொள்ளாத துறவி அவர்!

* * *

"பாரிஸ் பல்கலைக்கழகப் பேராசிரியர் பதவி உமக்கு அளிக்கப்பட இருக்கிறது, ஜியார்டானோ!" என்று கூறினார், அரசர்!

"இறையே! எனக்கா? இதற்குள்ளவா? நான் அத்தகுதி பெற்றவனா?" என்று கேட்கிறார் ப்ரூனோ.

"பகட்டுடை அணிந்து, பசப்புகளிலே மனத்தைப் பறிகொடுத்துவிடும், பாரிஸ் பட்டிண வாலிபர்களையே, உமது பேருரைகளால் திருத்தவும், திரட்டவும் முடிகிறதே! உம்மையன்றி வேறு யார், அந்தப் பதவிக்கு ஏற்றவர். பேராசிரியரே!" என்று கேட்கிறார் மன்னர்.

மடாலயத்தில், விசாரணைக் கொடுமையிலே சிக்கிக் கொள்ளாதிருக்க, ஆன்ஸ்லம் பாதிரியார் யோசனைப்படி

ப்ரூனோ, இரவில், பலகணி வழியாகக் கயிற்றின் துணைகொண்டு இறங்கி, ஓடினார் – ஊரைவிட்டு – இத்தாலியை விட்டு, சுவிட்சர்லாந்து நாடு கடந்து, இடையே பல இடங்களில் தங்கி, கடைசியாகப் பாரிஸ் வந்து சேர்ந்தார்.

பிரான்சிலே அரசோச்சி வந்த மூன்றாவது என்ரி என்பவர், பாரிஸ் பட்டிணத்தில் தத்துவத் துறைச் சொற்பொழிவாளராகக் கீர்த்திபெற்ற, ப்ரூனோவைப் பற்றிக் கேள்விப்பட்டு அவரை ஆதரித்தார்; அரண்மனையில் இடம் தந்தார். அங்குதான் அவர் ப்ரூனோவுக்குச் செய்தி தருகிறார். பாரிஸ் பல்கலைக் கழகத்தில் பேராசிரியர் வேலைக்கு, அழைப்புக் கிடைத்திருப்பதாக.

ப்ரூனோவுக்கு, பல்கலைக்கழகத்தைப் பாசறைகளாக்கி, மாணவர்களை அறிவுத்துறை வீரர்களாக்கிக் குருட்டறிவை விரட்டும் போரிடவேண்டும் என்பதுதான், குறிக்கோள். இத்தாலியில், குருட்டறிவு, அரச மார்க்கமாகிவிட்டிருந்தது; இருட்டறையில் தள்ளி இம்சிக்கும், அருளாளர்களின் ஆதிக்கம் மிகுந்திருந்தது; எனவேதான், ப்ரூனோ ஓடிவந்துவிட்டார். பாரிஸ் பல்கலைக் கழகம், பிரான்சு நாட்டிலே புதிய புகழ்பெற்று வருகிறது! புதுமைக் கருத்துகளை வரவேற்கும் கூடமாக அது விளங்கிற்று. பழமைக்குப் பாசறையாக, சோர்போன் பல்கலைக் கழகமும், புதுமைக்குப் புகலிடமாக பாரிஸ் பல்கலைக் கழகமும் விளங்கின. ப்ரூனோவுக்கு, உண்மையிலேயே பாரிஸ் பல்கலைக் கழகத்தில் பேராசிரியர் பணியாற்றுவதிலே, பெருமகிழ்ச்சி – எதிர்பார்த்த இன்பம் கிடைக்கிறது என்றுதான் பொருள்.

மன்னன், மகிழ்வூட்டும் செய்தியைக் கூறியதும், ப்ரூனோ, விரும்பிய வாய்ப்புக் கிடைத்தது என்று எண்ணிக் களித்தார். ஆனால், பேரிடி உடனே வந்தது.

பல்கலைக் கழகத்தில் பணியாற்றுவதற்கு ஒரு நிபந்தனை உண்டு; மன்னர் அதனைக் கூறினார். கூறுமுன் கேட்டார், "ப்ரூனோ! ஏன், தேவாலயத் தொழுகைகளிலே நீர் கலந்து கொள்வதே இல்லை!" என்று, கேட்டுவிட்டுச் சொன்னார், "பல்கலைக் கழக ஆசிரியர் என்ற முறையில், நீர், கத்தோலிக்க முறைப்படி உள்ள தொழுகை நடத்த வேண்டும் தேவாலயத்தில்"

"என்ன சொல்கிறீர், மன்னா! தொழுகையா? பேராசிரியர் வேலைக்கு அது நிபந்தனையா?" என்று கேட்கிறார்கள், ப்ரூனோ அச்சம் தலைகாட்டுகிறது.

"ஆமாம்! ஆசிரியரைப் பார்த்துத்தானே மாணவர்கள் நடந்து கொள்வர்; தொழுகை முக்கியம்" என்றார் மன்னர், இதில் என்ன இடையூறு என்று எண்ணிய வண்ணம்.

மகிழ்ச்சி கருகலாயிற்று, விசாரம் கொண்டார், ப்ரூனோ.

"தத்துவம், நரன் போதிக்கப்போவது; மதமல்ல; தொழுகைக்கு நான் சென்றாக வேண்டுமென்று நிபந்தனை ஏன், மன்னா!" என்று கேட்கிறார்.

"வீணான குழப்பம்! தொகை சடுதியில் முடிந்து விடும், ப்ரூனோ! காலம் வீணாகுமே என்று கவலையோ" என்று மன்னர் வேடிக்கையாகவே பேசுகிறார்.

"முடியாது, வேந்தே!"

"முடியாதா? தொழுகையா?"

“ஆமாம். அரசே! நான் தொழுகை செய்து நீண்ட காலமாகிவிட்டது”

“தொழுகை, கத்தோலிக்கரின் நீங்காக் கடமை, ப்ரூனோ! தவிர்க்கக்கூடாத கடமை”

“நான் கத்தோலிக்கனல்ல, காவலா! கத்தோலிக்கனல்ல!”

“மெல்லப் பேசு, ப்ரூனோ, மெல்லப் பேசு. கத்தோலிக்க மதமல்லவா, நீ! எவ்வளவு வேதனை! அப்படியானால், லூதர் கூட்டத்தவனோ?”

“இல்லை, அரசே!”

“கால்வின் கூட்டமோ?”

“அதுவுமல்ல! அரசே! நான் கத்தோலிக்கனுமல்ல, லூதர், கால்வின் ஆகியோர் முறையினுமல்ல; நான் ஒரு தத்துவாசிரியன்; நெடுநாட்களுக்கு முன்பு நான் டாமினிகன் பாதிரியாக இருந்தேன் – மடாலயத்திலே பயின்றேன்;’ அங்கு நான் அறிந்து கொண்ட உண்மைகள், என்னை எம்மதத்திலும் இருக்கவிட
வில்லை”

“மதமற்றவனா! அப்படியானால்......ப்ரூனோ!... நீ, நாத்திகள்... அல்லவா... எவ்வளவு வேதனை... என் ப்ரூனோவா இப்படி...”

“அரசே! நான் ஒரு தத்துவ ஆசிரியன்; அவ்வளவுதான்”

பாரிஸ் பல்கலைக் கழகப் பேராசிரியர் வேலையை உதறித் தள்ளிவிட்டார் ப்ரூனோ.

தன்னிடம் அன்பு காட்டிய மன்னன் கூறியும், உள்ளொன்று வைத்துப் புறமொன்று பேசமறுத்த 'உத்தமன்' ப்ரூனோ! துளியாவது அச்சம் மனத்திலிருந்தால், அரசனிடம் இவ்விதம் பேசுவதா என்று எண்ணத் தோன்றியிருக்கும். சிறிதளவாவது, ஆசைக்குக் கட்டுப்படும் சுயநலம் இருந்திருந் தால், தொழுகைதானே! என்று கூறிவிட்டு, பேராசிரியராகி இருக்கமுடியும்! ஆனால், ப்ரூனோவின் இயல்பு அவ்வளவு உயர்தரமானது! ஆசைக்கு ஆட்பட்டு, பொய்யொழுக்கம் கொள்ள மறுக்கும் தூய்மையாளர் அவர்.

அவருக்கா சிறையிலே, ஆசை பிறக்கும்? எட்டு நாட்களா? இதுபோல, ஆசையூட்டும் சம்பவங்களை அவர், பல கண்டிருக்கிறார். எல்லாவற்றையும் வென்றிருக்கிறார். எனவே, எட்டு நாட்களை வீணாக்குகிறார்கள்! எட்டு நாட்கள், ப்ரூனோவை, அவருடைய கொள்கையை எடுத்துரைக்கவும், வாதிடவும் பயன்படுத்தச் சொல்லியிருந்தால், வாய்ப்பு என்று கூறி, ஏற்றுக்கொண்டிருப்பார். இப்போதோ சாகத்துணிந்த அவரைச் சாகடிக்க எட்டு நாட்கள் கழியவேண்டி இருக்கிறது!

தான் உரைக்கும் கொள்கையை மறுத்திட, வாதிட, ஊர் முன்வந்தாலும், ப்ரூனோ மகிழ்ச்சியுடன் வரவேற்பார். அந்த வாதிடும் திறமை பாராட்டுதலை மட்டுமல்ல; பகையைப் பெற்றுத் தந்தது. எனினும், பகை வளருகிறது. ஆபத்து ஏற்படுகிறது என்பதற்காகக் கொள்கையை விட்டுக் கொடுப்பவரல்ல ப்ரூனோ. நாம் கொண்டுள்ள கொள்கையை ஏற்றுக்கொள்ளும் அளவுக்கு மக்கள், அறிவாளிகள்,வீணாகப் பாடுபடவேண்டும் – எதைப் பேசினாலும் மக்கள் ஏற்றுக் கொள்கிறார்களோ அதைக் கூறிப் புகழ்பெறலாம். அல்லது எந்த அளவுக்குக் கூறினால், மக்கள் உள்ளம் அன்று இருந்த நிலையில் தாங்கிக்கொள்ள முடியுமோ அந்த அளவுக்குக்

கூறிக்கொண்டிருப்போம், என்று திருப்தி கொள்பவரும் அல்ல. மிகமிகத் தெளிவானது – அப்பழுக்கற்ற ஆதாரமுள்ளது நான் கொண்டுள்ள கொள்கை – இதனை மறுப்போரோ, மணலில் கோட்டை கட்டிவைத்துக் கொண்டிருப்

பவர்கள், அவர்களுடைய கொள்கைகளில் தெய்வீகம் இருப்பதாகக் கூறுகிறார்கள். தெளிவு இல்லை, காட்டவும் இயலவில்லை; அருள்வாக்கு என்கிறார்கள். அக்கிரமத்தைக் கூசாமல் புரிகிறார்கள், பற்று அறுபடச் செய்யும் பாசுரம் பாடுகிறார்கள், பாபச்செயலை அஞ்சாது செய்கிறார்கள்; இவர்களுக்கு அஞ்சி, நான் என் அசைக்கொணாத கொள்கையைக் குடத்திலிட்ட விளக்காக்குவதா! குந்தட்டும், வெட்டட்டும், உயிர் இருக்கு மட்டும், போராடுவேன், வாதாடுவேன், குன்றின் மேலிட்ட விளக்காக்குவேன் என் கொள்கையை; அதனை எடுத்துக் கூறிட வாய்ப்பு. எப்படிப்பட்ட சூழ்நிலையில் கிடைத்தாலும், பயன்படுத்திக் கொள்வேன், என்ற கருத்துடன் அவர் பணிபுரிந்து வந்தவர். எந்த வாய்ப்பையும் அவர் நழுவவிட்ட தில்லை; அதன் பலனாக என்ன விளைவு நேரிட்டாலும், தாங்கிக் கொள்ளத் தயங்கினதுமில்லை.

பிரெஞ்சு மன்னன், ப்ரூனோவின் மனப்போக்கைக் கேட்டுக் கோபித்துக் கொண்டான்; வருந்தினான்,
வெறுத்துவிடவில்லை. எப்படி வெறுக்க முடியும்! மன்னன், புன்னகைப் புலிகளையும் நயவஞ்சக நரிகளையும் காண்கிறான்! காவி அணிந்து திரியும் காமாந்தகாரர்களையும் அருட்கவி பாடி அக்கிரமம் புரிவோரையும், பிறர் பொருள் கவரும் பேயரின் பூஜா மாடங்களையும் கண்டிருக்கிறான். மன்னன் கூறினாலும், என் மனத்திலுள்ளதை மாற்றிக் கொள்ள மாட்டேன். என்று தூய்மையான உள்ளத்துடன் இருந்த ப்ரூனோவிடம், வெறுப்பு அடைய முடியா! அவர் சொல்லும் கொள்கை, மன்னனுக்கு உடன்பாடானது அல்லதான் – சரியா தவறா என்று ஆராய்வது கூடத் தேவையில்லை என்று கருதினான்; ஆனால் மன்னனும்,

மண்டலமும் சீறும் என்று அறிந்தும், உண்மையைக் கூறி விட்ட நேர்மையைப் பாராட்டாதிருக்க முடியுமா? ப்ரூனோ தன்னிடம் சொன்ன உண்மையை ஊர் அறிந்தால் ஆபத்து என்பது மன்னனுக்குத் தெரியும். மத அதிபர்களின் கோபத்தை எந்த மன்னனும் தாங்கிக்கொள்ள முடியாதல்லவா; மண்டலமே சீறும்; மாதா கோவில்களெல்லாம் சாபமிடும். ப்ரூனோவின் கொள்கை தெரிந்துவிட்டால், மதி அதிபர்களும், அவர்களின் கோட்டை என விளங்கிய சோர்போன் பல்கலைக் கழகமும், பகை கொள்ளும்; அதுபோது, தன்னால்கூட, ப்ரூனோவைக் காப்பாற்ற முடியாது என்றறிந்த மன்னன் இங்கிலாந்து நாட்டிலே இருந்த பிரெஞ்சுத் தூதுவருக்கு ஒரு கடிதம் கொடுத்து அந்த நாடு சென்று வதியுமாறு, ப்ரூனோவுக்குக் கூறினான். ப்ரூனோ, இங்கிலாந்து வந்த சமயம், அங்கு, கலையும் காவியமும், வீரமும் காதலும், செல்வமும் சீரும், கொஞ்சி விளையாடிய, எலிசபெத் இராணியின் ஆட்சிக்காலம்.

இங்கு, ரோம்நகர மத அதிபர்களின் ஆதிக்கம் இல்லை; மத விசாரணைகூடக் கொடுமைகள் இல்லை; புத்தம் புதிய போக்கு வரவேற்கப்பட்டது, பொற்காலம் என்று புகழ்ந்தனர். இங்கு ப்ரூனோவின் புகழ் வளர வழி இருந்தது – கொள்கையை எடுத்துக் கூறும் வாய்ப்பு ஏற்பட்டதும், மீண்டும் ஆபத்து ப்ரூனோவைத் துரத்தலாயிற்று.

என்ன கொள்கை அது? மத ஏகாதிபத்தியத்தை முறியடித்து, ரோமாபுரியின் எதேச்சதிகாரத்தை எதிர்த்து நின்று, லூதரின் புரட்சி இயக்கத்தை ஏற்றுக்கொண்டிருந்த இங்கிலாந்திலும், பகையை மூட்டிய, அந்தக் கொள்கை என்ன? இங்கிலாந்தில் மட்டுமல்ல, கால்வின் சித்தரித்த சீர்திருத்தத்தைச் செம்மையாக்கி வாழ்ந்த, சுவிட்சர்லாந்திலும், ப்ரூனோவின் கொள்கைமீது சீறிப் பாய்ந்தனர். கத்தோலிக்க நாடுகள் மட்டுமல்ல, பிராடெஸ்ட்டென்டு நாடுகளும், பாபம்!

மோசம்! அக்கிரமம்! அனுமதியோம்! என்று கூவின; அப்படிப்படட கொள்கையை ப்ரூனோ கூறிவந்தார்.

கொலை கொள்ளை எனும் தீயசெயல் புரிகிறவனை மகா சன்னிதானம் என்று போற்றுகிறார்களே, இந்த மடைமை ஆகுமா? என்று கேட்டார். மார்டியன் லூதர் – கால்வின், ஜிவிங்லி, போன்றாரும் இதையே கூறினர் – மக்கள் முதலில் மருண்டனர், பிறகு “ஆமாம், இந்த மடமை ஆகாது. நமக்கு மோட்ச வழிகாட்டியாக நாம் ஒரு தூய்மையாளரைத்தான் ஏற்றுக் கொள்ள வேண்டும்” என்று கூறினர்; லூதர் சொன்னார்.

“பாவத்துக்குப் பரிகாரம், மனத்தால் கழுவாய் தேடுவதுதானே – காணிக்கை கொடுத்தால் பாவம் மறையுமோ! மறையும் என்று வாணிபம் செய்கிறார் மதஅதிபர்!
ஏற்றுக்கொள்கிறீர்களே, ஆராய்ந்து பாராமல். காணிக்கை கொடுத்துப் பாவத்தைக் கழுவிக்கொள்ள முடியுமானால், பணக்காரர், கொலை, கொள்ளை, கற்பழித்தல், எனும் எந்தப் பாவமும் புரியலாம், தப்பித்துக்கொள்ளலாம் அல்லவா? இதுவா அறம்? இதுவா மார்க்கம்? இதுவா கர்த்தரின் கட்டளை? இதுவா சுவிசேஷம்?” என்று கேட்டனர். பிராடெஸ்ன்ட் இயக்கத்தினர் – மக்கள் தெளிவு பெற்றவர் – துணிந்து போப்பாண்டவரின் ஆதிக்கத்திலிருந்து விடுபட்டர். இந்த அளவுக்குத்தான் மக்கள் தயாராயினர்.

கயமையைக் கண்டிக்கவும் தூய்மையைப் போற்றவும் முன்வந்தனர்.

மத அதிபர்கள், மாசு மருவற்றவர்களாக இருத்தல்வேண்டும் – ஒழுக்கசீலர்களாக விளங்க வேண்டும் என்று கோரத் தலைப்பட்டனர்.

ப்ரூனோ, மத அதிபர்கள், எப்படி இருக்கவேண்டும், கயமை நிரம்பியவர்கள் கூடாதல்லவா, தூய்மை உள்ளவர்கள்தானே தொழுகை நடாத்தும் தகுதியுடையார், என்ற பிரச்சனை அல்ல, எடுத்துரைத்தது. அவர், இப்படிச் சில அதிபர்களே தேவைதானா; அவர்கள் நடாத்தி வைக்கும் தொழுகைகள், சடங்குள், ஆகியவற்றால் மக்களின் ஒழுக்கம் மேம்படவும், மனம் தூய்மை பெறவும், செயல் சீர்படவும், மார்க்கமுண்டா என்ற அடிப்படையை அலச ஆரம்பித்தார்.

மற்றவர்கள், கட்டிடத்துக்கு என்ன வண்ணச் சுண்ணம் பூசினால், கவர்ச்சியாக இருக்கும் என்ற ஆய்வுரையில் களித்தனர். ப்ரூனோ, அந்தக் கட்டிடம் உனக்கும், உள்ளத்துக்கும், சிறைக்கூடம் ஆகிவிடக் கூடாதே, என்று எச்சரிக்கை கூறினார்.

மத ஏடுகளிலே காணப்படும் மாண்புகளின்படி, மத அதிபர்கள் நடந்துகொள்கிறார்களா என்பதை லூதர், கால்வின், போன்றார், ஆராய்ந்தனர்; ப்ரூனோ மத ஏடுகளிலே மாண்புகள் என்று கருதப்படுவன, உண்மையிலேயே மாண்புகள்தானா என்று ஆராய்ந்தார்; அந்த மட்டோடு நிற்கவில்லை, புத்தறிவு தரும் புது உண்மைகளுக்கும், மத ஏடுகளில் காணப்படும் கருத்துகளுக்கும் உள்ள முரண்பாட்டை, எடுத்துக்காட்டினார்.

ஆன்ஸ்லம் பாதிரியார், ப்ரூனோவை, மடாலயத்தில் இருந்தபோதே இதற்காகத்தான் எச்சரிக்கை செய்து வைத்தார். அவர், மடாலயக் கொள்கையில் ஊறிப் போனவர், எனினும், புத்திக்கூர்மையும் நற்பண்பும் உள்ள ப்ரூனோவிடம் மட்டற்ற ஆசைகொண்டவர்; எனவேதான், எச்சரித்தார்.

ஐரோப்பா முழுவதும் அந்த நாட்களிலே அரிஸ்டாடில் தந்த கொள்கைகள் ஆட்சிபுரிந்து வந்தன – ஊர்த் துறைகளிலும் – சிறப்பாக மார்க்கத் துறையில்.

கிரேக்க நாடு தந்த அந்த அறிவுக் கருவூலம், அவர் பயத்தில் அவருக்கு இந்த வசதிகளுக்கு ஏற்ற வகையில், அவர் காலத்துச் சுற்றுச்சார்பின்படி ஆராய்ந்து, அறிந்த உண்மைகளை வெளியிட்டார் - அவை உலகு உள்ளளவும் மாற்றப்பட முடியாதன, என்று அல்ல!

ஆனால், அந்தக் கொள்கைகளை ஏற்று, அவற்றின் அரசியல், பொருளியல், மத இயல் அமைப்புகளை, ஐரோப்பாவில் பல்வேறு நாடுகளில் ஏற்படுத்திக் கொண்டனர் - பழக்கத்தில் வந்துவிட்டது - அதனால், அது இறுகியும் விட்டது.

மனிதனுடைய சிந்தனாசக்தியை, அரிஸ்டாடிலின் தத்துவங் களுடன் பிணைத்துவிட்டனர்; அதற்கு மேலால் செல்வதோ, முரணாகச் சொல்வதோ, கேடு பயக்கும், என்றனர்; செல்பவர் தண்டனைக்கு உள்ளாவர் என்றும் சில இடங்களில் சட்டம் இயற்றினர்.

விண்ணிலே சிறகடித்துச் செல்லும் பறவை, எங்கும் சென்று, இன்புறும்.

கட்டிவிடப்பட்ட ‘பட்டம்’, நூலும் அதைத் செலுத்துவோரின் தீரமும் அனுமதிக்கும் அளவுதான் செல்லும்.

அரிஸ்ட்டாடில் தந்த கருத்துத்தான், முடிந்த முடிவு, என்று ஐரோப்பா கூறிற்று.

அவர், விண், மண், கடல், என்பவை குறித்துக் கூறிவைத்த கருத்துக்களை ஆராய்வதும் ஆபத்தானது என்று கருதப்பட்டது.

சூரியன் சுற்றித்திரியும் கோளம்; பூமி நிலைத்து நிற்பது; என்பது அரிஸ்டாடில் அளித்த கொள்கை.

இதன்படியே, ஏடுகள், குறிப்பாக மத ஏடுகள், நீட்டப்பட்டு விட்டன.

விண்ணுலகம், ஆங்கே விசாரணைக்கூடம்; நரகம், அங்கு வேதனைக்கூடம்; எனும் மதக்கருத்து, அசையாதிருக்கும் பூமி, அன்றாடம் சுற்றிவரும் சூரியன், என்ற அடிப்படையின்மீது கட்டப்பட்டது.

இந்த அடிப்படையைச் சந்தேகிப்பது பாவம், என்று கூறுவதில் மதவாதிகள் முனைந்தனர்; ஏனெனில் ஆராய்ச்சியாளர்கள் இந்த அடிப்படையை அலசத் தொடங்கினர்.

ப்ருனோ சிறுவனாக இருந்தபோதே, வெடிகுண்டு வீசப்பட்டுவிட்டது.

வேதநிந்தகன் கிளம்பிவிட்டான்!

கோபர்னிகஸ் எனும் ஆராய்ச்சியாளன், பூமி உருண்டை வடிவுடன் இருக்கிறது, அது சுற்றித் திரிகிறது, சூரியன் நிலைத்து நிற்கும் கோளம், என்று ஏடு தீட்டிவிட்டான். மதவாதிகள் பாய்வர் என்று அச்சத்தால், கோபர்னிகஸ், அந்த ஏடு, தீட்டியும் வெளியே காட்டாது வைத்திருந்து, மரணப் படுக்கையில் இருக்கும்போதுதான் அந்த ஏட்டை வெளியிட ஏற்பாடுசெய்தான். கோபர்னிகஸ் கொள்கை கேட்டு, வைதீக உலகு சீறிக் கிளம்பிற்று; இது பொய்க் கொள்கை, பேய்க்கொள்கை; பூமியாவது சுற்றுவதாவது; மேலே விண்; இங்கே மண்; இதனடியில் நரகம்; புண்ணியம், பாவம் இரண்டிலே எதைச்செய்யவும் மண்; புண்ணியம் செய்தால்

விண்ணுலகு செல்லலாம்; பாவம் புரிவோர் நரகம் சேர்வர்; என்று முழக்கினர்.

பூமி உருண்டையாய் இருந்தால் என்ன, தட்டையாக இருந்தால் என்ன, சுற்றி வந்தாலென்ன சும்மா கிடந்தாலென்ன, என்று மத அதிபர்கள் எண்ணிக்கிடப்பதற்கில்லை; ஏனெனில், கோபர்னிகசின் கொள்கையை மக்கள் ஏற்றுக்கொண்டால், புனித ஏடுகளின் அடிப்படையே தகர்ந்துவிடுகிறது - பிறகு, அந்த ஏடுகளின் துணை கொண்டு கட்டப்பட்ட அமைப்பு என்ன கதியாவது - அந்த அமைப்பின் பயனாகக் கிடைத்துள்ள கோலாகல வாழ்வு என்ன ஆவது - இது அவர்கள் கவலை, பயம்! எனவே, தங்கள் ஆதிக்கத்தை ஏவி, கோபர்னிகசின் கொள்கையை அழித்தொழிக்க முனைந்தனர். ப்ரூனோ, கோபர்னிகசின் கொள்கையைச் சரியானது என்று கற்றறிந்தார், சிந்தித்துத் தெளிவும் உறுதியும் பெற்றார். இந்த அடிப்படை மாற்றம் அவருக்கு ஏற்பட்டான பிறகு, எந்தமத அமைப்புத்தான் அவரை ஆட்கொள்ள முடியும்!

கோபர்னிகஸ், ஆராய்ந்து அறிந்து புது உண்மை கூட, முழுவதும் புதிதல்ல, கிரேக்க நாட்டுப் பேரறிஞர் பிதாகோரஸ் என்பவர், இதனை முன்பே கூறி இருந்தார்; ஆனால் அரிஸ்டாடில் கொள்கை, அதனை இருட்டடிப்பில் வைத்துவிட்டது.

பகுதி: 3

கோபர்னிகசின் கொள்கை, இதைப் புதுப்பித்தது; புயல் என்றனர் மதவாதிகள் - மத அடிப்படையில் கற்றவர் அனைவரும், இது கவைக்குதவாத கொள்கை என்றனர். ஆனால் கோபர்னிகஸ் வெற்றி பெற்ற வண்ணமிருந்தார். ப்ரூனோ, மடாலயத்தில் பயிலும்போதே இந்தக் கொள்கையை ஐயந்திரிபற உணர்ந்தார். ஆன்ஸ்லம் பாதிரியார் "மகனே! ஏன் இந்த கோபர்னிகசைக் கட்டி அழுகிறாய், அறிய வேண்டியதை அரிஸ்டாடில் அளித்துவிட்டார். அதுபோதும் ஐயன் பெருமைகளைப் படி" என்று கூறிவந்தார். இளம் உள்ளம், கோபர்னிகசின்பால் லயித்து விட்டது. பன்முறை கண்டித்திருக் கிறார் ஆன்ஸ்லம்.

"உலகம் உருண்டை என்கிறாயே, மகனே! அப்படியானால், நரகம் எங்கே இருக்கிறது? புனித ஏடு படித்திருக்கிறாயே கூறு, நரகம், உன் உருண்டை உலகிலே எங்கேயடா இருக்கும்" என்று கேட்பார் ஆன்ஸ்லம். ப்ரூனோ சிரித்துக்கொண்டே, "எங்கே இருக்கும்? நீங்களல்லவா கூறவேண்டும்" என்று மடக்குவான். அவர் காதைப் பொத்திக் கொள்வார்! அவரும் அவர் போன்றாரும், விண்ணகத்திலே, ஒளிவிடும் சிம்மாசனத்தில் ஐயன் வீற்றிருக்கிறார், அங்கு விசாரணை நடைபெறும் என்ற எண்ணம் கொண்டவர்கள். ப்ரூனோவின் கவலை விசாரணை எப்படி இருக்கும், எப்போது நடைபெறும் என்பதுகூட அல்ல, சுற்றாத சூரியனைச் சுற்றுவதாகவும், சுற்றும் பூமியைப் பாய்போல் கிடப்பதாகவும், ஆராய்ச்சிக்கு ஒவ்வாத முறையிலே நம்புகிறார்களே, இது ஏன் என்பதாகும். இதிலிருந்து துவங்கிய அறிவு விசாரணை, ப்ரூனோவை நெடுந்தூரத்துக்கு அழைத்துச் சென்றது.

மனிதன் பாவத்தோடு பிறக்கிறான் - அவனைப் பாவம் புரியும்படித் தீயதேவன் சதா தூண்டுகிறான் - அவனுடைய தூண்டுதலிலிருந்து மீளவும், கர்த்தரின் கிருபையைப் பெறவும் தொழுகை நடத்தவேண்டும் - முறை நாங்கள் கூறுகிறோம் - இடம் நாங்கள் காட்டுகிறோம் - நேரம் நாங்கள் குறிக்கிறோம் - காணிக்கை எமக்குத் தாருங்கள் என்றனர் மத அதிபர்கள் - கேட்கும் முறை, பெறும் காணிக்கை, வகுத்திருக்கும் சடங்கு இவை பற்றி, லூதரும் பிறரும் ஆராய்ந்தனர் - ப்ரூனோ, இவைபற்றி அல்ல, மனிதன், ஈடேற, தூய்மைபெற, அவனாலேயே முடியும், தக்கபடி முயன்றால், என்பதுபற்றி ஆராய்ந்தார்.

கோளங்கள் பற்றியும், ஒழுக்கமுறை பற்றியும், ப்ரூனோ தீட்டிய மூன்று அரிய ஏடுகள், பழைய கோட்பாட்டைத் தகர்த்தெரிவனவாக அமைந்தன.

கலத்தில் இருப்போன்தான் அலையையும் சுழலையும் சமாளித்துக் கலத்தைச் செலுத்தவேண்டுமே தவிர, இக்கரையிலோ அக்கரையிலோ இருந்துகொண்டு ஒருவன் கலத்தைச் செலுத்துவான் என்று எங்ஙனம் கூறமுடியும் - மனிதனும் அதுபோன்றே, தன் சிந்தனையையும் செயலையும் அவனேதான் செலுத்திச் செல்லவேண்டும், அதற்காக வேறு ஒருவரை நியமித்துக்கொள்வது பொருளற்றது, எனவே பயனற்றது என்று ப்ரூனோ வாதிட்டார்.

தூய்மையான சிந்தனை, செம்மையான செயலைச் செய்யும் முயற்சி - இவை மனிதனை ஈடேறச் செய்யும் என்று ப்ரூனோ கூறினார்.

மதவாதிகள், மனிதனுக்குப் 'போலீஸ்' வேலை செய்தனர் - ப்ரூனோ 'தோழமை' பேசினான். மனிதன் இயல்பால் கெட்டவனுமல்ல, பாபியுமல்ல, அவனிடம் 'தெய்வீகம்'

இருக்கத்தான் செய்கிறது; அதனை அறிந்திட, தன்னைத்தான் உணர்தல் வேண்டும்; தன்னை அறிந்து இன்புற்று, தக்கன தகாதன என்ற பாகுபாடு பெற்று, பாடு அறிந்து ஒழுகுதல் வேண்டும் - மனிதன், கயமை, தூய்மை எனும் இரு கடல்களுக்கிடையே தவிக்கும் கலம், நாங்களே மீகான்கள் என்று கூறும் மதவாதிகள் போலன்றி, ப்ரூனோ, மனிதன் மேம்பாடடைய முடியும், சுய முயற்சியால், என்று நம்பினான். இதனை எப்படி, தொழுகை ஸ்தலங்களை நம்பி வாழ்வோர், பொறுத்துக்கொள்ளமுடியும். பகை மூண்டது. ப்ரூனோ அஞ்சவில்லை.

சுவிட்சர்லந்து விரட்டினால், பிரான்சு, அங்கு எதிர்ப்பு வெப்பமானால், இங்கிலாந்து, அங்கும் பகைமூண்டால், ஜெர்மனி, இவ்வண்ணம், ஓடியவண்ணம் இருந்தார் - எந்த இடம் தங்குமிடம் ஆனபோதிலும், கோபர்னிகஸ் கொள்கையை வலியுறுத்துவார்.

இங்கிலாந்து நாட்டிலே ப்ரூனோ தங்கி இருந்தபோது, ஆக்ஸ்போர்டு பல்கலைக் கழகத்தில், அறிவு வளர்ச்சி விழா நடைபெற்றது; பல்வேறு நாட்டு அறிஞர்கள் கலந்துகொண்டனர்; ப்ரூனோ, அங்கு, கோபர்னிகஸ் கொள்கையை வாதாடினார், குதூகலம் கொதிப்பாக மாறிவிட்டது. - சுட்டிக் காட்டிச் சுடுசொல் கூறலாயினர் மக்கள்.

"போகிறான் பார் நாத்திகன்!"

"உலகம் சுற்றுகிறது என்கிறான் இந்த உலுத்தன்"

"சூரியன் சுற்றாதாம் - மேதாவி கூறுகிறான்" என்று ஏளனம் செய்வர் - மிரட்டுவர்.

இங்கிலாந்திலும வெப்பம் அதிகமாகிவிட்டது.

ஜெர்மெனியிலிருந்த விர்ட்டன்பர்க் பல்கலைக் கழகத்தில், ப்ரூனோவுக்கு, நிம்மதி அளிக்கும் வாழ்வு கிடைத்தது; தத்துவப் பேராசிரியாகப் பணியாற்றினார் - அவருடைய கொள்கைக்காக வெறுத்து விரட்டவில்லை; அவர் கண்ட ஆராய்ச்சி உண்மையை அவர் எடுத்துரைக்கட்டும், அது அவர் உரிமை, என்று பெருந்தன்மையுடனும், தாராளத் தன்மையுடனும் விர்ட்டன்பர்க் பல்கலைக் கழகத்தினர் நடந்துகொண்டனர்.

நிம்மதி, ப்ரூனோவுக்குச் சில காலமே பிடித்து; பிறகோ அவருக்குப் போரிடவேண்டும், என்ற எண்ணம் துளைத்தது. கொள்கையை, மறுப்போரிருக்கும் இடத்திலெல்லாம் சென்று பரப்புதல்வேண்டும்; அறிவுப் போர் வாழ்வின் குறிக்கோள், என்று கருதினார். போர்வீரன், மனம் களம் காணாது, கழனியில் கதிரின் அழகுகண்டு காலந்தள்ளுவதற்கு ஒருப்படுமோ! திறம்வந்த நாள் முதல் போரிட்டே பழக்கமாகிவிட்டது.

ப்ரூனோ, மடாலயத்தில் சேருவதற்கு முன்பு, தாயும், சிறப்பாகவும், ப்ரூனோவை, போர் வீரனாக்கவே விரும்பினார்கள். ப்ரூனோவேதான், அறிவுபெற மடலாயம் செல்வேன், என்று கூறினான். மக்களை மக்கள் காரணமற்றுக் கொன்று குவிக்கும் போர் முறையை, சிறுவன் ப்ரூனோ, தாயிடம் கண்டித்து, வெறுத்துப் பேசினான். “எவனோ சோம்பேறிச் சீமான் சண்டையிடச் சொல்வான், அவனுக்காக, என்போன்ற ஏழையைக் கொல்ல நான் செல்ல வேண்டுமா,” என்று கேட்டான்; தாயின் உள்ளம் மகனுடைய நேர்மையும் ஈரமும் கொண்ட உள்ளத்தைக் கண்டு பூரித்துப்போயிருக்கும்! அவள் என்ன கண்டாள், பாபம், ப்ரூனோ, வேறோர் பயங்கரப் போருக்குச் செல்வான் என்பதை.

போர் உள்ளம் கொண்ட ப்ரூனோ, நிம்மதி தந்த விர்ட்டன் பர்க்கைவிட்டு, பிராங்பர்ட், துவா, போன்ற இடங்கள் சென்றான்.

யார் செய்த சூழ்ச்சியோ, இதுநாள் வரை, ரோம் நகர மத அதிபர் பிடியில் சிக்காது இருந்து வந்த ப்ரூனோவை, ஆபத்தில் கொண்டுவந்து சேர்த்தது.

ப்ரூனோவுக்கு எப்போதும், சிறுவயது முதலே தாயகத்தினிடம் அளவற்ற பற்று எந்த நாட்டிலே உலவினாலும், இத்தாலியைப் பற்றிய எண்ணம் மனத்தில் கனிந்து நிற்கும். நீலநிற வானமுள்ள என் இத்தாலி எங்கே! என்று ஏங்கிக் கூறிக்

கொள்வான். மடாலயத்திலிருந்து, தப்பி ஓடியபோது, சுவிட்சர் லாந்து நாட்டு எல்லையருகே நின்று, இத்தாலியைவிட்டு பிரிகிறோம். மீண்டும் இங்கு வருவோமா, எனக்குத் தொட்டில் தந்த இத்தாலி, கல்லறைதான் தர இருக்கிறதா, இங்கு நான் வாழ இடமில்லையா, தாயகமே! பேயகமாக மாற்றப்பட்டு விட்டாயே என்றெல்லாம் எண்ணிக் கசிந்துருகினான் ப்ரூனோ. போர் உள்ளமும், தாயகப் பற்றும், ப்ருனோவை, சதிகாரனிடம் சிக்க வைத்தது.

ரோம்நாட்டு மத அதிபர்கள், தமது எதிரிகளை கண்ணி வைத்துப் பிடிப்பதில் கைதேர்ந்தவர்கள். லூதருக்கும் அவர்கள் வலை வைத்தனர் - ஆனால் அவருக்குத் துணையாக சிலரும் மக்கள் திரண்டு நின்றதாலும், அன்றைய அரசியல் நிலை மாற்றங்கள் அவருக்குச் சாதகமளித்தாலும், அவர் தப்பித்துக் கொண்டார். ரோம் மத அதிபரின் ஆதிக்கத்தை அழிக்கும் பிராடெஸ்டென்டு புயல் கிளம்பிய நாள் தொட்டு மோப்பம் பிடித்துச் செல்லும் வேட்டை நாய்கள் போன்ற ஒற்றர்கள் பல்வேறு நாடுகளிலும் சுற்றிய வண்ணம் இருந்தனர். அவர்களுக்கு, ப்ரூனோவின் நடவடிக்கைகள் யாவும் நன்கு தெரியும். இத்தாலிய மண்ணிலே, ப்ரூனோ கால்

வைத்ததும் கவ்விக்கொள்ளக் காத்துக் கிடந்தனர். பகைமூண்ட இடங்களிலேயே ப்ரூனோ, நீண்ட காலம், தங்கி இந்திருந்தாலும் அவனை ஒழிக்க வழிகண்டிருப்பர் – ஆனால் அந்தப் புயல் ஓரிடத்தில் தங்கவில்லை, ஒரு நாட்டிலும் ஓய்ந்து இருக்கவில்லை.

இத்தாலி நாட்டுச் சீமான் ஒருவன் மோஷினிகோ – எனும் பெருடையான், ப்ரூனோவுக்கு ஓர் அழைப்புக் கடிதம் அனுப்பினான். என் மாளிகையில் வந்து தங்கி இருந்து, என் மகனுக்குத் தத்துவம் கற்றுத் தருக! உமக்கு இங்கு எந்த ஆபத்தும் நேரிடா வண்ணம் நான் பாதுகாப்பளிக்கிறேன், என்று எழுதியிருந்தான். ப்ரூனோ களிப்படைந்தார். என் இத்தாலி அழைக்கிறது! பசுமை நிரம்பிய தோட்டங்கள் என் கண்களுக்கு மண்டும் விருந்தளிக்கும். என் தாயகத்தில் மீண்டும் உலவலாம். என் உள்ளத்தில் உள்ளதை என் நாட்டவருக்கு உரைத்திடலாம். நல்ல வாய்ப்பு ஈடில்லா இன்பம்! என்றெல்லாம் எண்ணிக் களித்தார். ப்ரூனோவுக்குச் சதிகாரர்களின் இயல்பு தெரியாது. அவர் பண்பு அறிவார், படித்தவர்களின் பழக்க வழக்கமறிவார், சூது பேசும் சதிகாரர்களின் போக்கினை அறியார்.

இத்தாலி யில், இனிமைதரும் திராட்சை மட்டுமா இருக்கிறது – எரிமலையுமல்லவா இருக்கிறது! வெசு வயஸ் மட்டுமல்ல; மத அதிபர் இருக்கிறார், எந்த நேரத்திலும் அவர் சாபம் எரிமலை கக்கும் நெருப்பைவிடக் கொடுமையாக் கிளம்பக் கூடும் நாம் அங்குச் செல்வது ஆபத்தாக முடியும், என்று எண்ணத்தான் செய்தார். ஆனால் அந்தச் சூதுக்காரன் அனுப்பி வைத்த கடிதம், அவரை ஏமாற்றி விட்டது. இத்தாலியை நாட்டுச் சீமான் – அவனால் மத அதிபரின் பகையைக்கூட எதிர்த்து நிற்க இயலும் – அந்த மாளிகையைத் தாக்க துணிவு பிறக்காது, மத ஆதிக்கக்காரருக்கு, என்று எண்ணினான்.

ஒரு வேளை பகை பட்டுவிட்டது போலும் – ஒருவேளை நமது கொள்கையை ஆதரிப்போரின் தொகை இத்தாலியில் வளர்ந்துள்ளதுபோலும் – இல்லை என்றால் தன் மகனுக்குத் தத்துவ ஆசிரியராக இருக்கும்படி, ஏன் அந்தச் சீமான் அழைக்கப் போகிறார், என்று எண்ணினாரோ என்னவோ, ஏமாந்துவிட்டார். புற்றருகே அமர இசைந்து விட்டார்.

வெனிஸ் நகர்! கடலலை தழுவும் கோட்டைச்சுவர் உள்ள அழகிய மாளிகை! ப்ரூனோ அங்குத் தங்கி, தமது அருந்திறனை அள்ளி அளித்து வந்தார், சீமான் மகனுக்கு. வெள்ளியை உருக்கி வார்க்கும் நிலவுபோல, அவர் அறிவு புகட்டி வந்தார் வாலிபச் சீமானுக்கு – ஆனால், அவன் மனத்திலே அறிவு புகவா செய்தது – அவன் முற் ஏற்பாட்டின்படி, ப்ரூனோ சொன்னதை எல்லாம், மதவிசாரணைக் குழு அலுவலரிடம் ஒவ்வொரு நாளும் ஒப்புவித்துக் கொண்டிருந்தான் – குற்றப்பத்திரிகை தயாராகிக் கொண்டிருக்கிறது ப்ரூனோ மீது.

“அகண்ட வெளியின் அழகினைக் காண் இளைஞனே! இயற்கையின் எழிலைப் பாரப்பா! என்ன கவர்ச்சி! எவ்வளவு நேர்த்தி! வீசும் காற்று, கீதமாக இல்லையா வாலிபனே, உற்றுக்கேள்! கடலலையைக் கண்டால், எத்துணை மாட்சிமை தெரிகிறது. இந்த இயற்கை அழகைக் கெடுக்க அழகும் கற்பனைகளை, கட்டுக் கதைகளைக் கட்டி வைத்திருக்கிறார்களே கபடர்கள்” என்றெல்லாம், பாகு மொழியில் பகுத்தறிவைக் கூறி வந்தார் ப்ரூனோ. எப்போதுமே, ப்ரூனோவுக்கு இயற்கை அழகைக் கண்டு களிப்பதிலே அளவற்ற இன்பம். ஆண்டு பலவாக அவர், மாளிகைகளிலே சிற்சில காலம் தங்கிக் கிடந்தாலும், பெரும் பகுதி, நாடு விட்டு நாடு சுற்றித் திரியும் நிலையிலே இருந்ததால், இயற்கையுடன் நெருங்கிய தோழமை பூண்டிட முடிந்தது. சாலைகளிலே நடப்பார், சோலைகளில் உலவுவார், குன்றின் மீது ஏறி நின்று, சுற்றிலும் தெரியும் கோலம் கண்டு

களிப்பார்! வெனிஸ் மாளிகையின் அமைப்பும், இயற்கை அழகை அவருக்கு அள்ளித் தருவதாக அமைந்திருந்தது, கடலோரம் மாளிகையில்!

ஓரிரவு! அற்புதமான நிலவு! அலங்காரப் படகு ஏறி, மாணவனுடன் சென்று, கடற்காட்சி கண்டுவிட்டு, ப்ரூனோ திரும்புகிறார். மாணவனுக்குப் பாடம் கற்றுத் தருகிறார் - அவரே பாடம் பெறுகிறார், இயற்கையைக் கண்டு களிக்கிறார், இதற்கு இணையான இன்பம் வேறு எது என்று கேட்கிறார். பால்வண்ண நிலவைக் கருநிறமேகம் கவ்விக் கொள்வதுண்டு - ஆனால் நிலவு அதனைக் கிழித்தெறிந்துவிட்டு வெற்றி ஒளி வீசும்! ப்ரூனோவைக் கவ்விக்கொள்ள, கருமேகமல்ல, கருநாகம், மனித உருவில் வந்தது, மத விசாரணைக் குழுவினர், சீமானிடம் செய்து வைத்திருந்த ஏற்பாட்டின்படி, முகமூடி அணிந்துகொண்டு மாளிகை நோக்கி வருகின்றனர். கடற்பயணம், நிலவொளி, அறிவுதரும் இன்பம் இவற்றில் திளைத்திருக்கிறார் ஜியார்டானோ - அக்கிரமக்காரர்கள் அவர் அறியாவண்ணம், மெல்ல மெல்ல நடந்து வருகிறார்கள் அவரை நோக்கி. இயற்கையின் இனிமை பற்றி அவர் வண்ணச் சிந்து பாடுவதுபோலப் பேசி மகிழ்கிறார், வன்னெஞ்சர்கள், அவரருகே வந்துவிட்டனர், பின்புறமாக! எல்லையற்ற இன்பமே! இயற்கை அழகே! என்று அவர் மன எழுச்சியுடன் கூறுகிறார், கறுப்புப் போர்வையைச் சரேலென அவர்மீது வீசி அவரைச் சிறைபிடிக்கின்றனர், கயவர்கள்! ஒருகணம்! எங்கும் இருள் சூழ்ந்து கொண்டது. திடுக்கிட்டார்! சிங்கம் பிடிபட்டுவிட்டது; சிலர் சிறைப்படுத்தப்பட்டார். நிலவின் அழகு கண்டு மகிழ்ந்திருந்தார், அவரைப் பாதாளச் சிறைக்கு இழுத்துச் சென்று அடைத்தனர் பாதகர்கள்.

மாளிகையிலே இருந்தது பாதாளச் சிறை! ஆறு ஆண்டுகள் அதிலே அவரை அடைத்து வைத்தனர். ஒளி கண்களில் படுவதில்லை! பறவைகளின் இன்னிசையை அவர் செவி

கேட்க வில்லை! இருட்டறை! தனி அறை! ஆடை களையப்பட்டு, அலங்கோலமான நிலை! இரும்புச் சங்கிலிகள்! இந்தக் கொடுமை, ஆறு ஆண்டுகள், வெனிஸ் நகர மாளிகைச் சிறையில்.

நம்பிக்கையற்றவனை நல்வழிப்படுத்த, மதவாதிகள் கையாண்ட முறை என்ன? அவன் உணரும் வண்ணம் உண்மையை அவன் முன் எடுத்து வீசினரா? இல்லை! இரத்தம் பீறிட்டுக்கொண்டு வருமளவுக்குச் சவுக்காலடித்தனர்! மார்க்க ஏடுகளை அவன் முன் கொட்டி "மதியிலி! இதைப்படி, அறிவுபெறு" என்றனரா, இல்லை, கட்டி வைத்து அடித்தனர், இரும்பு வளையங்களிட்டு இம்சித்தனர், இரும்புப் பலகைமீது சாயவைத்து, இரும்பு முள்வளையங்களுள்ள உருளைகளை அவன் மீது உருட்டுவர்; ஆழப்பதிந்து எலும்புவரை உள்ள சதையைப் பிய்த்து வெளியே கொண்டுவரும் சிலர் மாண்டுவிடுவதுண்டு, பெரும்பாலானவர்கள், குற்றுயிராகிவிடுவர், இரத்தம் கசியக் கசிய அவன் வேதனைப்படும்போது, "வேதத்தை ஏற்றுக்கொள்கிறாயா, என்று கேட்பர்; அவன் தேகம், சல்லடைக் கண்போலத் துளைக்கப்பட்டுக்கிடக்கும்போது, "தேவனை பூஜிக்கிறாயா?" என்று கேட்பர். அவன் குற்றுயிராகக் கிடக்கும்போது "குருவுக்குக் கீழ்படிகிறாயா?" என்று கேட்பர். பழத்தைச் சாறு பிழிந்து பருகி இன்பம் பெறுவர் மக்கள், இந்த மகானுபாவர்
கள் பகுத்தறிவு கொள்ளத் துணிபவரின் இரத்தத்தைப் பிழிந்து எடுத்து, அவனுக்குக் காட்டி, இன்பம் பெற்றனர்.

ஜியார்டனோ ப்ரூனோ, ஆறு ஆண்டுகள் இந்தக் கொடுமைகளுக்கு ஆளாக்கப்பட்டான்! உடலில் இன்னும் கொஞ்சம் வலுவிருக்கிறது, பிடிவாதம் குறையவில்லை, இன்னும் சில நாட்களில் பயல் பணிந்துவிடுவான் என்று எண்ணிக் கொண்டனர் - அந்த அக்கிரமக்காரர்கள் அதுபோலப் பலரைப் பணிய வைத்த

வர்கள்! ஆனால் ப்ரூனோவை அவர்கள் அடிக்கடி காண முடியுமா!

அவர் அவர்களுடைய முறை கண்டு, மனம் உடைய வில்லை. தகுந்த விலை கொடுக்கிறோம், என்றே எண்ணிக் கொண்டார்.

"இந்த மகா பாபி, என்னவெல்லாம் சொன்னான், சொல்லு தம்பீ," என்று வாலிபச் சீமானை, ப்ரூனோ எதிரே கொண்டு வந்து நிறுத்தி வைத்துக் கேட்டனராம் ஒருநாள் - அவன் குளறினான், "ஐயன்மீர்! ஏன், அந்த அறியாச் சிறுவனை இம்சிக்கிறீர்கள். நானே கூறுகிறேன் கேளும்" என்று கேலியாகப் பேசினாராம் ப்ரூனோ.

இவ்வளவு இம்சைக்குப் பிறகும் இவனிடம் பிடிவாதம் இருக்கிறதே என்று திகைத்த அந்தத் தீயர்கள், ப்ரூனோவைத் திருத்தலத்துக்கே அனுப்பிவிடத்தான் வேண்டும் என்று தீர்மானித்தனர் - ப்ரூனோ, ரோம் நகர் கொண்டுசெல்லப் பட்டான். மோட்சலோகத் திறவுகோல் உள்ள திருத்தலமல்லவா, ரோம்! இரண்டாண்டுகள் அங்கே சிறை! அவ்வப்போது, மத நூல் வல்லுநர்கள் ப்ரூனோவை விசாரிப்பர்' - ஒவ்வோர் முறையும், ப்ரூனோவின் அறிவுத் தெளிவு அவர்களைத் திகைக்கச் செய்தது, இறுதியில், 'இவன் திருத்தப்படமுடியாத நாத்தீகன்' என்று திருச்சபையினர் தீர்ப்பளித்து, இந்தப் பாவியின் இரத்தம் மண்ணில் விழாதபடி இவனைக் கொல்க! என்று கட்டளையிட்டு, அதனை நிறைவேற்றி வைக்கும் பொறுப்பை அறமன்றத் துக்கு அறித்தனராம்.

இரத்தம் கீழே சிந்தலாகாது என்றனராம்! ஆறு ஆண்டுகள் அந்த வெனிஸ் நகரச் சிறையிலே இரத்தமும் சதையும் கலந்து கலந்து வெளிவந்தது - இப்போது இரத்தம் கீழே சிந்தலாகாது என்றனராம்! என்ன பொருள் அதற்கு? உயிரோடு கட்டிவைத்துக் கொளுத்து என்பதாகும்.

ஆண்டு பலவாக அவர்கள் படித்த மத ஏடுகள் ஏராளம் - ஐயன் அருளும் உடையார் என்று கூறப்பட்டது - அவர்களால் ஒரு 'நாத்திக'னுடன் வாதிட்டு, அவன் கொள்கையை முறியடிக்க இயலவில்லை - உயிரோடு கொளுத்திவிடு என்றுதான் கூறமுடிந்தது, என்செய்வார்கள் அவர்கள்! அவனுடைய அறிவு கிளப்பும் புரட்சித் தீ, மடாலயத்திலே குன்றெனக் குவித்து வைத்துள்ள மத ஏடுகளைச் சுட்டுப் பொசுக்குகிறதே! தப்ப வழியில்லை, எனவே அவனைத் தீயிலே தள்ளு என்றனர்.

"நாத்திகன் - எனவே நாதன் இவனைத் தண்டிப்பார், நிச்சயமாக" என்று கூறிடக் கூட இவர்களுக்கு, நம்பிக்கை இல்லை! ஒருவேளை, அவர்கள் ஆண்டவனின் தீர்ப்புக்கு இந்த வழக்கை விடலாகாது, ப்ரூனோ பக்கம் தீர்ப்புக் கிடைத்தாலும் கிடைத்துவிடும், என்று அஞ்சினர் போலும்! ஆத்திகத்தைக் காத்திட அரண்மனைகளும் மாளிகைகளும் மட்டுமல்ல, சிறு குடில்கள் இலட்ச இலட்சமாக உள்ளன - இதனை ஒரு ப்ரூனோவின் கொள்கை என்ன செய்துவிடமுடியும், கத்தித் திரியட்டும், நமது பக்தர்களின் தொழுகையின் சத்தத்தின் முன்பு இவனுடைய புரட்சிக் குரல் நிற்குமா, என்று எண்ணும் துணிவு இல்லை! ஒருவேளை, ப்ரூனோ வென்றுவிட்டால், தங்கள் ஆதிக்கம் என்ன கதி ஆவது என்ற அச்சமே அவர்களைப் பிடித் தாட்டிற்று.

பிராடெஸ்டன்டுகளைக் கூடச் சகித்துக்கொள்ளலாம் - அவர்கள் அடிப்படையை மறுக்கவில்லை, நமது ஆதிக்கத்தில் இருக்க மறுக்கிறார்கள், எனினும், ஜெபமாலை, தொழுகை, இவை உள்ளன; இவன் போன்றார், அனுமதிக்கப்பட்டால், பிறகு, நமக்கு மிச்சம் என்ன இருக்கும்? இவன்தான், விண்ணிலே சுவர்க்கம் இல்லை, மண்ணுக்கு அடியில் நரகம் இல்லை, என்று பேசுகிறானே, இந்த இரண்டும் இல்லை என்று மக்கள் தீர்மானித்துவிட்டால், நாம் ஏது, நமக்குள்ள

இந்தச் சுவைமிக்க வாழ்வு ஏது, என்று எண்ணினர் - குலை நடுக்கமெடுத்துவிட்டது - கொளுத்துங்கள் இவனை, என்று கொக்கரித்தனர்.

பழிபாவத்துக்கு அஞ்சாத பாவியாக இருக்கலாம் ஒருவன் - தாங்கிக்கொள்ளலாம், பாவத்தைத் துடைத்திடும் பரிகார முறை தரலாம், திருத்தலாம்; கொள்ளைக்காரனைக் கூட, புண்ணியவானாகும்படி புத்திகூறி, கோவில் கட்டச் சொல்லலாம்; கசிந்து உருகு காரிகையே! கற்பு இழந்த என்னைக் காப்பாற்று என்று நெஞ்சுருக இறைஞ்ச! நோன்பு இரு! திருத்தலங்களைத் தொழுது அடியார்களை வழிபடு, பாவக்கறை கழுவப்படும் என்று கூறி வழுக்கி விழுந்த வனிதையை, மீண்டும் பரிசுத்தமாக்கிவிடலாம் - ஆனால் ப்ரூனோ! இவன் பாபம் செய்தால் பரவாயில்லையே - பாபம் என்று கூறுகிறீர்களே, எதை? என்றல்லவா, கேட்கிறான். மனிதன் நல்லவனாவதும் கெட்டவனாவதும் அவனிடமே இருக்கிறது, என்றுகூறி, நம்முடைய வேலையைப் பறிக்கிறானே! விட்டுவைத்தால் விபத்து நிச்சயம், எனவே தீயிலே தள்ளுங்கள் என்றனர்.

“கோவிலை இடிப்பதும் கொளுத்துவதும், பாபம்தானே?”

“நிச்சயமாக, பாபம்தான்”

“இவன் கத்தோலிக்கத் தேவாலயத்தைக் கொளுத்திய மகாபாவி”

“ஏன் கொளுத்தினான் தேவாலயத்தை?”

“பிராடெஸ்டண்டு மார்க்கமாம் - எனவே, கத்தோலிக்க மடலாயத்தைக் கொளுத்துவது, புண்ணிய காரியம் என்று கருதிக் கொண்டானாம்.”

பிராடெஸ்டெண்டு நீதியாளர்களின், நெரித்த புருவம் மாறிவிடுகிறது - மன்னிப்புக் கிடைக்கிறது. அதுபோன்றே, கத்தோலிக்கர்கள், பிராடெஸ்டான்டை இம்சை செய்வது, பாவமாகாது என்று கருதி வந்தனர். எனவே பாபம், என்பதற்கே, இரு வகையினரும், ஒன்றுக்கொன்று நேர்மாறான விளக்க உரை தரலாயினர்.

பகுதி: 4

ஆனால், ப்ரூனோ, இரு சாராருக்கும், 'ஆகாதவன்' ஏனெனில் அவன், உலகம் உருண்டை என்று கூறி, புனிதக் கருத்துகளை மறுக்கிறான்! மாபாவி! எனவே கொளுத்திக் கொல்க என்றனர்.

கோபர்னிகஸ், உலகு பற்றிய தன் கருத்தைக் கூறு முன்பே, மத ஏடுகளைக் கேலிப் பொருளாக்கும் சம்பவமொன்று நடந்தது. ஆசார்ய புருஷர்களும், அர்ச்சகர்களும், சன்னிதானங் களும், சாதாரணச் சாமியார்களும், நம்பிக்கையுடனும் ஆவேச மாகவும், உலகு மோட்சம், நரகம், என்பவை பற்றிக் கூறிவந்த உபதேச உரைக்கு வேட்டு வைத்தான், ஒரு சாதாரணக் கப்பலோட்டி!

மாகெல்லான் என்பவன், ஸ்பெயின் நாட்டில், செவில்லி எனும் கடலகத்திலிருந்து கிளம்பினான் கலத்தில் - மேற்குத் திசையாக! மேற்குத் திசையாகவே சென்றான்! திசைமாறவில்லை; திரும்பவில்லை; மேலால், மேலால் செல்கிறான் - உலகம் தட்டை என்றால், கடைசி பாகம் எது காண்பேன், என்று பிடிவாதம் பேசுகிறான் - "மகனே! மாபாவியாகாதே! அருளாளர்கள் அளித்த உண்மையைச் சந்தேகிக்காதே, உலகம் தட்டை தான் - நீ, கடைசிவரை சென்றால் - அதோகதிதான்," என்று மதவாதிள் எச்சரித்தனர். அவனோ நான் உலகம் உருண்டை என்று நம்புகிறேன் - உலகின் நிழல், சந்திரன் மீது வீழ்கிறது என்பதை உணர்கிறேன் - எனக்கு அந்த நிழல் தரும் நம்பிக்கையை, உங்கள் நிகண்டுகள் தரவில்லை, எனவே நான் செல்வேன், செல்வேன்" என்று கூறுகிறான். வென்றான்! மேற்கு நோக்கியேதான் சென்றான், மாகெல்லான் திசை மாறவில்லை. 1519ஆண்டு ஆகஸ்ட்டு திங்கள் பத்தாம் நாள் சொல்லிவிட்டுக் கிளம்பியவன், 1522ஆம் ஆண்டு, செப்டம்பர்

7ந் தேதி, செவில்லி வந்தடைந்தான் - ஒரே திசையில் பயணம் செய்து! உலகம் உருண்டைதானே! என்றான். ஆமாம் போலிருக்கிறதே, என்று சிலர் இழுத்தாற் போல் பேசினர்., மதவாதிகளின் மயக்கமொழி, மாகெல்லான் பெற்ற வெற்றியின் உண்மையை மாய்த்தது. உலகம் தட்டை தான் என்றனர் மக்கள். கோபர்னிகஸ், அறிவாளிகள் உள்ளத்திலேயே புயல் எழக்கூடிய வகையிலே ஏடு தீட்டினான். தேவாலயம் அதனைத் தீண்டாதீர் என்று உத்தரவிட்டது. 1616ஆம் அண்டு ப்ரூனோ இறந்து பதினாறு ஆண்டுகளுக்குப் பிறகு, போப்பாண்டவரே முன்னின்று, கோபர்னிகசின் கொள்கையைக் கண்டிக்க வேண்டி நேரிட்டது! கொளுத்திவிட்டனர், ப்ரூனோவை. கொள்கையோ, மடியவில்லை, போப்பின் சாபம் வீசப்பட்டது - அப்போதும் சாகவில்லை - கொள்கை வளர்ந்தது புதுப்புது ஆராய்ச்சியாளர்கள் தோன்றலாயினர் - ப்ரூனோவின் சார்பிலே பேசப் பலர் முன்வந்தனர். 278 ஆண்டுகள் போரிட்டுப் பார்த்து, தேவாலயம்! உலகம் உருண்டை என்பதையும், சுற்றி வருகிறது என்பதையும் ஏற்க மறுத்தது. கடைசியில், களத்தை விட்டு, தேவாலயத்தாரே ஓடிவிட்டனர், ப்ரூனோக்கள் அல்ல! ஒரு ப்ரூனோவைக் கொளுத்திவிட்டால் வேறு ப்ரூனோக்கள் கிளம்பமாட்டார்கள் என்று எண்ணியவர்கள் ஏமாந்தனர், பல்கலைக் கழகங்களும், ஆராய்ச்சிக் கூடங்களும், வேக வேகமாகப் புத்தறிவின் சார்பிலே, படை திரட்டித் தந்தன! என்ன மர்மமோ? என்ன மாயமோ? என்று மக்கள் கேட்டுக்கிடந்த பல நிகழ்ச்சிகளுக்கும் பொருள்களுக்கும் விளக்கம் அளிக்க முன்வந்தனர் ஆராய்ச்சியாளர்கள் - பழமைப்படை புறமுதுகிட்டோடிற்று. கடைசியில், ப்ரூனோவிடம் மத உலகு மன்னிப்புக் கேட்டுக்கொள்வதுபோல, 1821-ஆம் ஆண்டு ஏழாம் பயன் எனும் போப்பாண்டவர், கோபர்னிகஸ் கொள்கைமீது இருந்த கண்டனத்தை வாபஸ் வாங்கிக் கொண்டார்! மதவாதிகளும், உருண்டை உலகில் வாழச் சம்மதித்தனர்!

இந்தப் பெரு வெற்றிக்காக, ப்ரூனோ, தீயிலே தள்ளப்பட நேரிட்டது. எட்டு நாட்களில், அவருடைய மனத்திலே ஒரு துளி மருட்சியோ, மயக்கமோ கிளம்பி இருந்தால், போதும், அவர் உயிர் தப்பியிருக்கும், ஆனால் புத்தறிவு பிணமாக்கப்பட்டிருக்கும். ப்ரூனோ, உண்மை தழைக்கட்டும், என் உடல் சாம்பலாகட்டும் என்றார். எட்டு நாட்களிலே, அவர் மனக்கண்முன் தோன்றித் தோன்றி மறைந்த காட்சிகள் எத்தனையோ! துள்ளித் திரியும் பிள்ளைப் பருவத்தை எண்ணிக் கொண்டாரோ! மடலாயத்திலே துருவித் துருவிப் படித்த நாட்களை எண்ணிக்கொண்டாரோ! அன்பு பொழிந்த தாயையும், அக்கறை காட்டிய தந்தையையும் எண்ணியிருப்பார்! அவர் மனக்கண்முன் நடுக்கும் குரலுடன் பேசும் ஆன்ஸ்லம் பாதிரியாரும் திகைத்து நிற்கும் என்ரி மன்னனும், தேள் கொட்டினவர்போல அலறிய ஆக்ஸ்போர்டு பல்கலைக் கழகப் பேராசிரியர்களும், தெரிந்திருப்பர்! காட்டிக்கொடுத்தவனைக் கண்டிருப்பார் - பயத்துக்கு அடிமைப் பட்டவன், பரிதாபத்துக்குரியவன் என்று எண்ணியிருப்பார்.

எட்டு நாட்கள்தானே! விரைவிலே ஓடிவிடும் - என் கதையும் முடிந்துவிடும் என்று எண்ணி இருந்திருப்பார். அவர்தம் எண்ணத்தை வெளியிட வாய்ப்பில்லை. விஷம் தரப்பட்ட சாக்ரடீசுக்கு, கடைசிப் பொழுதில், நண்பர்கள் உடனிருந்தனர் - உலகு, அவருடைய எண்ணங்களை ஓரளவு அறியும் வாய்ப்பு ஏற்பட்டது. ப்ரூனோவுக்கு அஃதும் இல்லை!

ஆனால், சொல்ல வேண்டியதைப் ப்ரூனோ, நாடு பல சுற்றிச் சொல்லிவிட்டார்! ஒரு வாழ்நாளில் செய்ய வேண்டியதைச் செய்து விட்டார்! பல்கலைக் கழகங்கள் எல்லாம், உலகம் உருண்டையா? தட்டையா? என்று விவாதித்த வண்ணம் உள்ளன. தெளிவறியா மக்கள் மட்டுமே, புத்தறிவைக் கொள்ளப் பீதி அடைகின்றனர். வேலை முடிந்துவிட்டது போலத்தான் - அரியதோர் உண்மையை உலகு ஏற்றுக்

கொள்வதற்காக, என் உயிர், காணிக்கையாகட்டும் என்று, எண்ணியிருப்பார்! அந்தத் தூய்மையாளன் உள்ளத்திலே, இத்தகு உயர் எண்ணங்களன்றி வேறென்ன மலர முடியும்.

எட்டு நாட்கள் ஓடின; மதவாதிகள் ஏமாந்தனர் - ப்ரூனோ வெற்றி பெற்றார்.

சதுக்கத்திலே, ஏராளமான கூட்டம் - வேடிக்கை பார்க்க, நாத்தீகனைக் கொளுத்தப் போகிறார்கள், ஆத்திகர்களுக்கு அந்த 'வாண வேடிக்கை'யைக் காண்பது தவிர வேறு வேடிக்கை இருக்க முடியுமா! வேடிக்கை மட்டுமா அது - 'பக்தரின் கடமையு மாயிற்றே!'

ப்ரூனோவுக்கு மஞ்சள் ஆடை அணிவித்தனர் - பாவிகளுக்கு, வேத நிந்தகருக்கு, மஞ்சள் நிற ஆடை தருவது வாடிக்கை.

அந்த உடையிலே, பேய் பூதம் பிசாசு, பெருநெருப்பு, போன்ற சித்திரங்கள் - இவன் நரகம் செல்கிறான் என்பதைக் காட்ட. இழுத்துச் செல்கிறார்கள் ப்ரூனோவை! ஏறு நடை! கலங்கா உள்ளம்! புன்னகைகூடத் தெரிகிறது.

இரு மருங்கிலும் கூடி நிற்கும் ஏது மறியாதவர்கள், தூற்று கிறார்கள் - ஏசுகிறார்கள்! ப்ரூனோ, அவர்களைக் கண்டு கோபம் கொள்ளவில்லை.

ஓடி வருகிறார் ஒரு சாமியார் - மரத்தாலான சிறு சிலுவையை ப்ரூனோவின் முகத்திற்கெதிரே காட்டுகிறார் - சாகுமுன் சிலுவைக்குப் பணியட்டும் என்று!

சிலுவை! இதன் பெயர் கூறிக்கொண்டு எவ்வளவு அக்கிரமத்தைச் செய்கிறீர்கள், அறிவிலிகளே! என்று

கேட்பவர் போல, ப்ரூனோ முகத்தை வேறோர் பக்கம் திருப்பிக்கொள்கிறார்.

கம்பம் - அதிலே கட்டுகிறார்கள் - தீ வளருகிறது! எதிரே, காட்டுக் கூச்சல் - ப்ரூனோ அமைதியே உருவானவராக நிற்கிறார், புகை சூழ்ந்து கொள்கிறது, அதைக் கிழித்துக் கொண்டு நெருப்பு தெரிகிறது - உடல் கருகுகிறது - அதோ, அதோ: என்று காட்டுகிறார்கள் - முகம் தெரிகிறது, தீச்சுழலுக்கு இடையில் அமைதியான முகம் - தியாகியின் முகம்!

தீயோர் மூட்டிய தீ, தன் வேலையைச் செய்து முடித்து விட்டது - ப்ரூனோ சாம்பலாக்கப்பட்டார்.

ஒரு கன்னத்தில் அறைந்தால் மறுகன்னத்தைக் காட்டு என்று கூறி அன்பு மார்க்கம் சமைத்துத் தந்தார் எமது தேவன் என்று கூறிக்கொண்டனர்; அவர்கள் ப்ரூனோவை நெருப்பிலிட்டனர்.

பல தெய்வ வணக்கத்தையும் காட்டுமிராண்டிச் சடங்கு களையும் எதிர்த்து அறப்போர் நடத்திய அண்ணலைச் சிலு வையில் அறைந்தார்கள் பாதகர்கள் என்று கூறிய விசுவாசிகள், அந்தச் சிலுவை தரும் நெறியையும் மறந்து, ப்ரூனோவைத் தீயிலிட்டனர்.

"அவர்களை மன்னித்துவிடுக, அண்ணலே, அவர்கள் அறியார்கள் என்ன செய்கிறோமென்று" என்று சிலுவையில் அறையப்படும்போது ஏசு கூறினாரென்றுரைத்து உருகும் கிருஸ்தவர்கள், ப்ரூனோவைக் கட்டி வைத்துக் கொளுத்தினர்.

ஆதிக்கத்திலிருந்த பல தெய்வ வழிபாட்டு முறையை எதிர்த்து அன்பு நெறி தந்த ஏசுவின் சொல்லைக் கேட்டும், செயலைக் கண்டும், அந்த நாள் மத ஆதிக்கக்காரர்கள், நாத்தீகன் என்று

நிந்தித்தனர் - தெய்வத்தின் பெயர்கூறி வதைத்தனர். சிலுவை காட்சி தந்தது.

அக்கிரமக்காரர்கள் தந்த கொடுமைகளைத் தாங்கிக் கொள்ளும் உள்ள உரமும், கொள்கைப் பற்றும் இருந்தது என்பதை எடுத்துக் காட்டும் சின்னம், இந்தச் சிலுவை என்றனர் - அதைக் கண்டும், கருத்திலே தெளிவுபெற மறுத்தனர் - அதைக் காட்டியே, ப்ரூனோவைக் கொன்றனர்.

பாவிகளை இரட்சிக்க இரத்தம் சிந்தினார், என்று தொழுகையின்போது கூறுபவர்கள், ப்ரூனோவைக் கொன்றால், அன்புக்கும் அறத்துக்கும் இழுக்காகுமே என்று எண்ணவில்லை. எங்கே தங்கள் ஆதிக்கம் அழிந்து பட்டு விடுமோ என்ற அச்சத்துக்குத்தான் ஆட்பட்டனர். கோலாகலமாக ஆண்டு வந்த பழைய மார்க்க மன்னன் ஏசுவைக் கொன்றால்தான் தன் ஆதிக்கம் நிலைத்திருக்க முடியும் என்று எவ்விதம் கோபம் கக்கினானோ, அதற்குத் துளியும் குறைந்ததாக இல்லை, சிலுவை தொழுதோரின் சீற்றம்.

ஏசு மீண்டும் எழுந்து வந்தார் என்கிறார்கள், ப்ரூனோ தேவன் அருள் பெற்றவன்கூட அல்ல, எனினும் ஜியார்டானோ ப்ரூனோ சாகவில்லை - என்றும் நிலைத்து நிற்கும் உண்மை சாகாது.

ஜியார்டானோ ப்ரூனோவைக் கொள்வதற்காக மூட்டப் பட்ட நெருப்பிலிருந்தும், கிளம்பிய சிறு சிறு பொறிகள் பல்வேறு இடங்களிலும் பரவி, குருட்டறிவை அழிக்கும் பணியாற்றின.

அவரை அக்கிரமமாகக் கொன்றதற்குக் கழுவாய் தடுவதுபோல, பிற்காலத்தில், அவருடைய உருவச்சிலையை வைத்தனர். ஆனால் அவர் அடைந்த வெற்றி அது அவர்

பகுத்தறிவு, பெருமிதம் கொள்ளச் செய்ததே, அவர் அடைந் வெற்றி. ப்ரூனோ, வாழ்கிறார், வெற்றி வீரராக.

(திராவிட நாடு - 1955)

★★★

9 788198 796387